I0718347

NỖI NIỀM

NỖI NIỀM

Tùy bút **Điệp Mỹ Linh**

Dàn trang: Nguyễn Thành

Bìa: Lê Đình Thăng

Nhân Ảnh Xuất Bản **2021**

ISBN: 9781989993613

Copyright © 2021 by Diep My Linh

ĐIỆP MỸ LINH

NỖI NIỀM

Tùy bút

NHÀ XUẤT BẢN NHÂN ẢNH

2021

Niềm Kỳ Vọng của Ba Tôi

Trong khi "lang thang" trên internet, thấy câu hô hào/kêu gọi của thủ tướng cộng sản Việt Nam (c.s.V.N.) Nguyễn Xuân Phúc: *"Phải đồng cam cộng khổ với chính phủ để trả nợ công?"* tự dưng tôi nghĩ đến Ba tôi – Cụ Điệp Linh Nguyễn Văn Ngữ – người đã từ bỏ cuộc sống an nhàn, đầy đủ tiện nghi của một công chức trong "vùng bị chiếm" thanh bình, để theo tiếng gọi non sông, ra "vùng giải phóng" chống Tây.

Thời điểm đó, Má tôi đang mang thai đứa con thứ hai. Bà Nội của tôi tu tại gia, không để ý bất cứ việc gì của thế tục. Bà ngoại của tôi khóc hết nước mắt, không cho Má tôi theo Ba tôi; nhưng Má tôi vẫn vừa theo Ba tôi vừa khóc!

Đến "vùng giải phóng" được một thời gian, Má tôi sinh bé trai. Ba tôi đặt tên em là Nguyễn Phiêu Linh. Tôi chưa hiểu biết gì để có thể thắc mắc về ý nghĩa của hai chữ "Phiêu Linh"!

Ba tôi làm việc ở đâu, tôi cũng không biết; chỉ nhớ, mỗi khi Ba tôi về nhà với "ruột tượng" gạo thì tôi vui lắm; vì có Ba ở nhà tôi được nhõng nhẽo và được ăn cơm không trộn khoai mì. Thời gian đó chưa có bo bo. Sau này tôi mới biết, mỗi tháng chỉ một mình Ba tôi được lãnh 08 ký – xin lập lại, tám ký – gạo; ngoài ra không có bất cứ nguồn cung cấp nào khác cho Má và chị em tôi. Má tôi phải bán từ từ số nữ trang mà Má tôi giấu kỷ trong người để nuôi chồng con. Thế mà nay Việt Minh (tiền thân của đảng c.s.V.N.) kêu gọi/ép buộc dân chúng phải tận lực yểm trợ "tuần lễ bạc"; mai đảng c.s.V.N. lại bắt người dân phải dốc toàn lực để thực hiện "tuần lễ vàng." Vì vậy, số nữ trang Má tôi giấu trong người cứ từ từ "biến" dần/"biến" dần theo các cuộc quyên góp quy mô của đảng c.s.V.N.

Đôi khi tôi thấy Má tôi khóc và than nho nhỏ:

- Đi mần chi mà khổ như ri, Trời!

Hiện nay, Nguyễn Phiêu Linh không còn nữa và tôi cũng không còn trẻ để nhớ rõ về khoảng thời gian đói khổ của gia đình trong "vùng giải phóng"; nhưng không hiểu tại sao tôi không thể quên được hình dáng của Ba tôi, sau mỗi lần bị kiểm thảo tư tưởng – một hình thức Việt Minh áp dụng để khủng bố tinh thần "đối tượng" bằng lời lẽ rất thô bỉ/rất thấp hèn – ngồi trên chiếc "đòn ngồi" bằng gỗ, hai ngón tay của bàn tay phải kẹp điếu thuốc rê được vấn bằng lá chuối non phơi cho heo héo một tý.

Chiếc "đòn ngồi" gồm hai mảnh gỗ nhỏ, bằng nhau, được đặt song song, phía trên là một miếng gỗ hơi lớn, cỡ hai bàn tay, rồi dùng đinh đóng miếng gỗ lớn vào hai mảnh gỗ nhỏ. "Đòn ngồi" chỉ thấy ở "vùng giải phóng!"

Nhiều khi Ba tôi cứ ngồi trên "đòn ngồi", hai tay ôm hai đầu gối, môi phì phà điếu thuốc rê, mắt nhìn vào cõi không gian u ẩn nào đó; đôi khi Ba tôi ôm Man-doline, ngồi trên chiếc "đòn ngồi", duỗi thẳng chân rồi đàn những tình khúc quen thuộc của Pháp mà tôi thường nghe khi còn trong "vùng bị chiếm".

Khi nào cũng vậy, nghe Ba tôi đàn nhạc Pháp, Má tôi cũng nhắc:

- Đàn mấy bài nớ rủi bị kiểm thảo thì khổ thân đó, Ông!

- Tụi nó "dốt đặc cán mai" làm sao biết được nhạc nào của Tây, nhạc nào của ta mà em lo!

Má tôi im lặng. Tôi không biết/không nhớ Má tôi còn lo sợ mỗi khi Ba tôi đàn nhạc Pháp hay không; nhưng khi Ba tôi tập cho tôi hát tác phẩm đầu tiên của Ông – Người Tản Cư – tôi thấy Má tôi có vẻ rất lo lắng.

Nhạc phẩm Người Tản Cư cung "Ré" trưởng, slow, được Ba tôi viết lời ca như thế này – tôi chỉ nhớ được những dòng sau đây: *"Nắng vàng vừa tắt đi đêm âm u trong rừng, hoàng hôn ôm hoang vu. Đây sương lam mờ, mờ trắng trên đồi cao. Trăng non bâng khuâng chiếu ánh nhạt xanh, rừng đắm u hoài. Đêm về người tản cư đang mòn trông sống trong tình mến yêu nồng nàn gia đình. Chinh phu xa vời trông cố hương, người dừng chân cho nhắn đôi lời..."*

Tôi chỉ là đứa bé con thích ca hát, vừa được Ba tôi tập hát tình khúc của chính Ông, tôi thích lắm; dù tôi chưa hiểu được ý nghĩa của lời ca! Suốt ngày ngồi chơi với Phiêu Linh cạnh hầm tròn – để dễ nhảy xuống hầm khi máy bay đến – tôi cứ "nghêu ngao" bài đó hoài.

Không hiểu vì tôi cứ "nghêu ngao" bài Người Tản Cư hoài mà "thiên hạ" nghe rồi báo cáo hay là vì Má tôi bắt đầu dạy tôi học tiếng Pháp mà Ba tôi bị kiểm thảo tư tưởng liên miên. Tinh thần của Ba tôi rất căng thẳng.

Cuối cùng Ba tôi dặn Má tôi, khi nào dạy tôi học tiếng Tây, Má tôi phải đóng cửa lại, khỏi ai biết, để Ba tôi khỏi phải bị Việt Minh đày đọa tinh thần!

Tuy còn là bé con, tôi vẫn thắc mắc và tự hỏi: Tại sao mỗi tối cán bộ cao cấp đến nhà Ba Má tôi, bảo tôi hoặc Phiêu Linh đóng cửa trước lại để Ba tôi dạy cán bộ học Pháp văn thì Ba tôi không bị kiểm thảo tư tưởng mà khi Má tôi dạy tôi học tiếng Pháp thì Ba tôi lại bị "cấp trên" khiển trách nặng nề?

Một hôm tôi nghe Má tôi hỏi Ba tôi:

- Bài Người Tản Cư có chi mô mà tụi hắn ghép anh vô tội việt gian/phản động?

- Tụi nó kết tội anh vì câu: "Đêm về người tản cư đang mòn trông sống trong tình mến yêu nồng nàn gia đình".

- Anh theo tụi hắn ra đây, chừ mình "tứ cố vô thân", mình mong tình thương yêu gia đình thì có chi quá đáng mô mà tụi hắn bắt tội anh?

- Tụi nó nói anh ra đây sống trong tình "đồng chí", trong sự quan tâm rất tích cực của đảng, trong tình thương bao la của "bác Hồ vĩ đại". Anh phải "giác ngộ" và "tuân thủ" theo chủ nghĩa tam vô: Vô gia đình, vô tổ quốc, vô tôn giáo thì anh mới có thể trở thành một đảng viên nồng cốt.

- Anh vô đảng cộng sản để làm cái chi?

- Đâu có! Tụi nó thúc hối hoài, nhưng anh – cũng như đa số thanh niên trí thức miền Nam thoát ly – cứ hẹn dần; vì tụi anh đã nhận ra được bề trái bỉ ổi của Việt Minh rồi!

Thời gian này Ba tôi sáng tác nhạc phẩm thứ hai, tựa là Bến Thu, cung "Ré" trưởng, slow. Mở bài là hai câu thơ:

Ai mòn mỏi bên chân trời kia nhỉ!
Thấy Thu về tựa cửa mong con!

Và lời ca như thế này: "*Nắng mênh mang êm đềm tràn dòng sông vắng. Tiếng Thu rơi nhẹ nhàng cùng áng khói lam. Chiều đến đìu hiu mang cả niềm thương nhớ. Sương mờ thoáng rơi trên đồi Thu trầm mơ. Ly hương, kiếp tha phương nhuộm vết tang bồng. Chiều nay tôi thấy thoáng bóng mờ mờ trắng, đi ngoài xa xa. Lòng bâng khuâng tôi nhớ đến người Mẹ già miền Nam, ôi xót xa! Tủi thân người lữ thứ ôm mối sầu ly hương. Sống không một tình thương, không gia đình, không quê quán. Mòn mỏi dừng chân sau những ngày mưa gió. Phong trần xóa tan chuỗi ngày xanh đời tôi. Nghe chăng, tiếng thiết tha buồn nhớ quê nhà!*"

Vừa tập cho tôi hát bài Bến Thu buổi chiều thì tối đó Ba tôi bị gọi đi "làm việc". Khuya lắm Ba tôi mới về nhà.

Vì thời điểm đó Việt Minh đang "đẩy mạnh" phong trào thi hành chính sách "tiêu thổ kháng chiến" và cũng vì qua nhiều "tuần lễ bạc"/"tuần lễ vàng" cho nên nhà ai cũng nghèo; vì vây gia đình tôi chỉ có một chiếc giường tre dùng cho Ba Má tôi, tôi và Linh ngủ. Nhờ ngủ chung với Ba Má tôi, tôi nghe Má tôi hỏi Ba tôi:

- Kiểm thảo chi mà lâu dữ rứa? Tụi hắn có đánh đập anh không?

- Không đánh nhưng còn đau hơn đánh!

- Răng dễ sợ dữ rứa?

- Tụi nó nói lời ca ủy mị, tư tưởng lãng mạn; câu "Phong trần xóa tan chuỗi ngày xanh đời tôi" là điều không thể chấp nhận được!

Má tôi khóc sụt sùi!

Sau thời gian dài bị kiểm thảo tư tưởng nặng nề mà Ba tôi cũng vẫn không thể tách rời được sự rung động nhạy cảm của một tâm hồn ướt lệ, Ba tôi bị "điều" về làng Sơn Tịnh, Quảng Ngãi.

Khi đến Sơn Tịnh, Ba tôi gặp lại Bác Nguyễn Hữu Dưỡng – người từng sinh hoạt trong Hội Mỹ Thuật Nha Trang với Ba tôi và cũng thoát ly ra "vùng giải phóng" cùng một lần với Ba tôi. Nhờ Bác Dưỡng đề bạt với cấp trên, Ba tôi nhận chức Trưởng Ban Văn Nghệ Liên Khu V, thay thế người tiền nhiệm không biết đọc "notes" nhạc!

Sau khi trốn về Nam, Bác Dưỡng là một giáo sư toán nổi tiếng tại các trường trung học ở Nha Trang và Ba tôi làm việc tại Khu Công Chánh, kiêm Trưởng Ban Văn Nghệ Khu Công Chánh miền Nam Trung phần. Ba tôi cũng là sáng lập viên của Ban Ca Nhạc Bình Minh Đài Phát Thanh Nha Trang.

Về sau, Ba tôi thi đậu ngạch Hành Chánh Trung Ương, được thuyên chuyển vào quận Cam Lâm – Ba Ngòi/Cam Ranh – làm Phó Quận Trưởng Hành Chánh quân Cam Lâm.

Khi Cam Lâm trở thành thị xã Cam Ranh, Ba tôi nhận chức Trưởng Ty Nội An Thị Xã Cam Ranh kiêm giáo sư Pháp văn các lớp đệ nhị cấp – lớp đệ tam và đê nhị – cho trường trung học công lập Cam Ranh, vào cuối thập niên 60 cho đến 1975.

Cuộc đời của Ba tôi – cũng như cuộc đời của Bác Nguyễn Hữu Dưỡng – gắn liền với âm nhạc, kịch nghệ và giáo dục; thế thì tại sao, sau khi cưỡng chiếm miền Nam, đảng và người c.s.V.N. lại kết tội Ba tôi là "Ngụy" quyền rồi nhốt Ba tôi trong nhà tù Nghĩa Phú cùng với Bác Nguyễn Hữu Dưỡng và Nguyễn Phiêu Linh – bị động viên vào khóa 6/68 trường sĩ quan Bộ Binh Thủ Đức?

Sau khi bị người đồng chủng – c.s.V.N. – cướp phần đất mà người miền Nam chúng tôi đã bảo vệ và vun bồi, chúng tôi vươn lên từ tuyệt vọng! Mảnh đất này – U.S.A. – và người dân khác chủng tộc đã dang tay ân cần đón nhận chúng tôi trong mọi địa hạt, mọi lãnh vực; trong khi đó, tại Việt Nam, người c.s.V.N. lại nhốt tù người thân của chúng tôi và không cho con/cháu của chúng tôi theo học đại học!

Tìm được cuộc sống tự do, chúng tôi đã chắt mót từng đồng đô-la gửi về Việt Nam. Nếu không có những đồng đô-la đầy mồ hôi và nước mắt của chúng tôi gửi về, liệu người dân Việt Nam trong nước có thể qua được thời bao cấp hay không? Thế mà chúng tôi lại bị người c.s.V.N. mạ lỵ là chúng tôi chạy theo "liếm" gót giày của đế quốc Mỹ để ăn bơ thừa, sữa cặn!

Chúng tôi có ăn bơ thừa, sữa cặn hay không, chúng tôi tự biết và con cháu của người c.s.V.N. sang Mỹ những năm gần đây cũng đã biết. Nhưng, từ hành động và lời nói thiếu giáo dục của người c.s.V.N., tôi nhớ lại thái độ của các cán bộ ngày xưa – tại làng Sơn Tịnh – đến nhà Ba Má tôi học Pháp văn do Ba tôi dạy.

Tôi nhận ra rằng, người c.s.V.N. lúc nào cũng thích "chui" vào cái vỏ bọc – không phải của họ – để che giấu sự yếu kém, sự thiếu tự tin của họ chứ người c.s.V.N. không muốn và không thể sống thật với bản chất của họ và những gì họ tạo nên.

Nhìn vào hệ quả hiện tại trên đất nước Việt Nam sau gần nửa thế kỷ bị đảng c.s.V.N. thống trị và đời sống của người Việt tỵ nạn c.s.V.N. tại hải ngoại, người c.s.V.N. thấy gì? Có phải người c.s.V.N. thấy rõ sự thành công vượt bực của người Việt tỵ nạn thế hệ thứ II hay không? Và chính sự thành công vượt bực của người Việt tỵ nạn thế hệ thứ II làm cho đảng và người c.s.V.N. thèm lắm, đúng không? Vì thèm quá cho nên c.s.V.N. đưa ra chiêu bài "hòa hợp hòa giải" dân tộc và chiêu dụ người tài từ ngoại quốc về Việt Nam giúp xây dựng Quê Hương.

Làm thế nào để "hòa hợp hòa giải" với những người đã nhốt tù Cha/chồng/anh/em của chúng tôi rồi đuổi Mẹ và các em gái của chúng tôi đi kinh tế mới để tịch thu nhà/tài sản/đất đai của Cha Mẹ/họ hàng của chúng tôi?

Tôi hiểu, sau năm 1975, không phải chỉ có Ba Má và em tôi bị c.s.V.N. tịch thu tài sản mà hầu như 99.9% tài sản của người miền Nam, của chùa, của nhà thờ đều bị c.s.V.N. tịch thu.

Thế thì, với số tài sản lớn lao do người c.s.V.N. vơ vét được của người dân; với số tiền c.s.V.N. bán hoặc cho Trung cộng thuê đất để xây hãng xưởng và cao ốc; cộng với 500 triệu đô la do hãng Formosa bồi thường cho nạn nhân của chất độc do Formosa thải ra, người c.s.V.N. đã dùng vào mục đích gì mà nay thủ tướng c.s.V.N. Nguyễn Xuân Phúc lại kêu gọi người dân Việt Nam "Phải đồng cam cộng khổ với chính phủ để trả nợ công"?

Lời kêu gọi vô trách nhiệm của thủ tướng c.s.V.N. Nguyễn Xuân Phúc mà chỉ có mấy phản ứng trên facebook thì… đáng buồn thật!

Bao nhiêu biến động đã xảy ra trên Quê Hương Việt Nam và nay thêm lời kêu gọi phi lý của thủ tướng c.s.V.N. Nguyễn Xuân Phúc mà Người Trẻ Việt Nam cũng vẫn an nhiên/tự tại để người c.s.V.N. "ru ngủ" bằng những lễ hội hoành tráng làm tôi nhớ đến đoạn điệp khúc của bản hùng ca – Khánh Hòa Niềm Thương – do Ba tôi sáng tác "ngầm" trong trại tù Nghĩa Phú.

Năm 1990, sau khi Ba tôi sang Mỹ, Ba tôi chép lại cho tôi.

Bản nhạc được viết với âm giai "Do" trưởng, nhịp 2/4 và đây là lời ca của đoạn điệp khúc: *"... Bao tiếng thét oai hùng đoàn xung phong tiến về dành Quê Hương. Đất Khánh Hòa nghìn năm niềm thân yêu giờ đây vang tiếng than! Người lìa Quê Hương, sông núi, đọa đày thân sống xa xôi. Quê Hương ơi! Giờ đây thấu chăng Mẹ hiền thổn thức? Quê Hương ơi! Giờ đây thấu chăng tiếng khóc của đàn con!..."*

Năm 1990, sau khi đàn và hát ca khúc này lần đầu, tôi âm thầm quẹt nước mắt; vì tôi hiểu được niềm kỳ vọng của Ba tôi.

Bây giờ, sắp kết thúc bài Tùy Bút này, tôi cũng không thể nén ngậm ngùi; vì tôi không thể biết được người Việt Nam trong nước – cũng như người Việt Nam ở hải ngoại – còn được bao nhiêu người có cùng niềm kỳ vọng với Ba tôi!

Kỷ Niệm với Ban Ca Nhạc Bình-Minh
Đài Phát Thanh Nha-Trang

(Một số nhạc công trong Ban Ca Nhạc Bình-Minh)

Ban ca nhạc Bình-Minh được thành lập vào giữa thập niên 50 của thế kỷ XX. Ngày Đài Phát Thanh Nha-Trang được khánh thành, trong khuôn viên Tòa Tỉnh, ban Ca Nhạc Bình-Minh đã góp mặt. Trong chương trình phát thanh trực tiếp của ngày hôm đó Thanh-Điệp trình bày nhạc phẩm Trở Về Thôn Cũ của Nhị-Hà và Thanh-Hoa trình bày nhạc phẩm Chiến Sĩ Của Lòng Em của Canh-Thân.

Nguyên nhân nào thúc đẩy Ba tôi – Cụ Điệp-Linh Nguyễn-Văn-Ngữ – thành lập Ban Bình-Minh, tôi không nhớ. Tôi chỉ nhớ, trước khi thành lập Ban Bình-Minh, Ba tôi đã là sáng lập viên và trở thành Trưởng Ban văn nghệ Khu Công-Chánh miền Nam Trung Nguyên Trung Phần.

Sinh Hoạt của Ban Bình Minh

Ban Bình-Minh phụ trách văn nghệ cho Đài Phát Thanh Nha-Trang mỗi tuần hai lần, vào tối thứ Năm và tối Chủ Nhật. Ngoài ra, Ban Bình-Minh cũng thường phối hợp với ban văn nghệ Khu Công Chánh miền Nam Trung Nguyên Trung Phần để trình diễn văn nghệ tại các rạp xi-nê thuộc thành phố Nha-Trang và các tỉnh lân cận để gây quỹ cứu trợ nạn nhân chiến tranh và nạn nhân thiên tai.

Toàn Ban tập dượt chung vào những ngày cuối tuần tại nhà của Ba tôi. Sau khi tập xong, mỗi người nhận trách nhiệm và bản nhạc để về nhà tập riêng, sẵn sàng cho buổi tập chung kế tiếp. Ba tôi có nhiệm vụ viết hòa âm và phân đoạn cho những bản song ca/hợp ca/hợp tấu.

Vào thời điểm đó hầu như các chương trình phát thanh đều được thâu băng rồi đem đến Đài để Đài phát đi. Riêng Ban Bình-Minh chọn phát thanh trực tiếp. Ba tôi – cũng như quý vị trong ban Bình-Minh – đều tin tưởng vào khả năng của toàn Ban chứ không tin tưởng vào kỹ thuật thâu băng. Tôi còn là đứa bé con, ai bảo sao tôi hay vậy; tuy nhiên, tôi hiểu, phát thanh trực tiếp thì không thể gây tiếng động/không thể ngưng để thay thế/ sửa đổi bất cứ điều gì.

Vì hiểu tầm mứt quan trọng của chương trình phát thanh trực tiếp cho nên tôi đã vừa hát vừa... khóc khi đơn ca nhạc phẩm Valse tiền chiến, cung Ré trưởng. Đó là bản Tiếng Thu, được một nhạc sĩ khuyết danh – trong thời kỳ Ba tôi theo Kháng Chiến chống Tây – phổ nhạc từ thơ của Lưu-Trọng-Lư. (không phải bản Tiếng Thu do Phạm-Duy phổ nhạc). Bản này mang âm hưởng bán cổ điển Tây-Phương và rất khó hát; vì hát một đoạn thì ngưng cho nhạc đệm rồi lại hát, rồi lại ngưng, rồi lại hát.

Chú Phan-Phi-Phụng – giáo sư trường trung học Kỹ Thuật Nha Trang – được toàn Ban đặt biệt hiệu là Phụng Trợn. Khi thích nhạc phẩm nào thì Chú Phụng thuộc rất nhanh, không cần nhìn bản nhạc, Chú chỉ nhìn lên trần nhà rồi say sưa vừa đàn vừa gật gù theo mỗi thì mạnh (temps fort), không cần để ý đến bất cứ ai hoặc bất cứ điều gì chung quanh. Không may cho tôi, Chú Phụng rất thích bản Tiếng Thu này.

Khởi đầu, toàn ban hòa tấu rất nhịp nhàng và tôi hát cũng bình thường. Nhưng càng về sau Chú Phụng càng hăng, càng đàn nhanh hơn cả Valse Musette nữa và Chú chỉ nhìn lên trần nhà rồi gật gù theo tiếng đàn. Toàn Ban phải đàn nhanh theo Chú. Phòng vi âm nhỏ, không thể di chuyển dễ dàng, vì ngại gây ra tiếng động. Ba tôi, từ góc đối diện, cố phất tay ra hiệu cho Chú Phụng chậm lại, nhưng Chú có thấy đâu! Tôi, tuy vững nhịp, nhưng vẫn sợ vào sai nhịp; vì nếu tôi vào sai nhịp thì ban nhạc sẽ "rớt". Vì vậy, tôi vừa hát vừa khóc, vì sợ "bể dĩa".

Sau buổi phát thanh đó, trên đường về, Ba tôi và tôi gặp nhạc sĩ Minh-Kỳ – tôi gọi nhạc sĩ Minh-Kỳ bằng Chú, không phải vì Chú là bà con mà chỉ vì Chú trẻ hơn Ba tôi – đang đi bộ hóng mát trước nhà, trên đường Yersin. Nhà Chú Minh-Kỳ cách nhà tôi vài blocks. Chú Minh-Kỳ thường theo dõi chương trình ca nhạc của Đài Phát Thanh Nha-Trang. Mỗi khi gặp Ba tôi, Chú Minh-Kỳ thường góp nhiều ý kiến xây dựng và rất nhiều lần,

Chú – cũng như nhạc sĩ Canh-Thân – khuyến khích Ba tôi cho tôi trở thành nghệ sĩ chuyên nghiệp; nhưng lúc nào Ba tôi cũng cười hiền hòa: *"Thôi, để cho cháu nó đi học"*. Hôm đó, vừa thấy chúng tôi, Chú Minh-Kỳ hỏi Ba tôi: *"Anh Ngữ, tại sao con nhỏ Thanh-Điệp bữa nay hát nhão nhẹt vậy?"* Ba tôi kể rõ nguyên nhân cho chú Minh-Kỳ nghe trong khi tôi mắc cỡ, bậm môi, nhìn chỗ khác.

Những Nhân Vật Trong Ban Bình Minh

*- Cụ Điệp-Linh Nguyễn-Văn-Ngữ: Công chức, Trưởng Ban, đã qua đời.

Tôi không nhớ Ba tôi chọn biệt hiệu Điệp-Linh – do tên tôi và tên em trai của tôi ghép lại – từ lúc nào. Nhưng tôi nhớ, thời kỳ Ba tôi theo kháng chiến, Linh và tôi chỉ được chơi quanh quẩn cạnh hầm tròn, gần một quán nước bên đường, để dễ nhảy xuống hầm khi nghe báo động máy bay Pháp xuất hiện. Ba tôi mở lớp dạy học tại ngôi đình bỏ hoang. Ban ngày Ba tôi dạy văn hóa cho trẻ em; ban tối Ba tôi dạy Pháp-văn cho những cán bộ cao cấp muốn trao dồi học vấn để khỏi bị mặc cảm thua sút so với thanh niên trí thức miền Nam "thoát ly" ra "vùng giải phóng" ngày một nhiều.

Nhiều lần tôi nghe vài thanh niên "thoát ly" từ miền Nam, ngồi nghỉ chân nơi quán nước, hỏi Má tôi khi Má tôi gọi chị em tôi vào nhà ăn trưa: *"Tại sao chị lại lấy tên của một nhạc sĩ để đặt tên cho con của chị?"* Má tôi tình thật: *"Dạ, mô có. Ông nớ mượn tên hai đứa con của tui để làm biệt hiệu đó."* Nhóm thanh niên đó nhìn nhau, cười, tỏ vẻ không tin và họ nói với nhau bằng tiếng Tây cho nên tôi không hiểu.

Trong thời gian theo kháng chiến chống Tây, Ba tôi từng là Trưởng Ban Văn Nghệ Liên Khu V. Ba tôi cũng là tác giả của một số nhạc phẩm được ưa chuộng trong thời kháng chiến – mà nay tôi chỉ nhớ được các tình khúc sau đây: Người Tản Cư, Bến Thu, Trăng Lạnh, Thu Cô Phụ, Khánh Hòa Niềm Thương.

Sau khi ly khai Việt Minh, Ba tôi đưa gia đình trốn về lại "vùng bị chiếm". Vì lo ngại vấn đề an ninh cá nhân và gia đình, Ba tôi không dám phổ biến những tác phẩm Ông đã sáng tác trong thời theo kháng chiến. Riêng ca khúc Khánh Hòa Niềm Thương được Ba tôi sáng tác "ngầm" trong thời gian bị csVN giam tại trại cải tạo Nghĩa Phú; sau khi sang Mỹ, Ba tôi mới dám chép ra cho tôi đàn/hát!

Hồi cư được một thời gian, tôi lại thấy bút hiệu Điệp-Linh xuất hiện trên báo Đuốc-Thiêng và báo Sóng Thần. Khi lớn lên, tôi bắt đầu tập tành viết lách. Vì muốn "dựa hơi" Ba tôi, tôi xin Cụ cho tôi dùng biệt hiệu của Cụ và lấy chữ đệm từ tên của em gái tôi – Mỹ Phượng – lót vào giữa thành Điệp-Mỹ-Linh. Ba tôi đồng ý.

*- Cô Thùy-Giang: Công chức; xướng ngôn viên chính của Ban Bình-Minh; mất liên lạc.

Cô Thùy-Giang là Bắc-Kỳ di cư, nhà ở sau rạp xi-nê Modern. Cô có giọng nói rất dịu dàng, quyến rũ. Tôi vẫn nhớ, ngày đó, sau câu giới thiệu của nhân viên Đài Phát Thanh: *"Bây giờ, kính mời quý thính giả thưởng thức phần ca nhạc do ban Bình-Minh đảm trách."* Nhân viên ấy phất tay ra hiệu. Giọng trầm ấm của Cô Thùy-Gi-ang trổi lên: *"Kính thưa quý thính giả, đây, ban ca nhạc Bình-Minh"*. Cô hơi chậm lại ở năm chữ cuối và Cô nhấn giọng ở hai tiếng Bình-Minh. Cô hướng mắt về phía Ba tôi. Ba tôi phất tay ra hiệu. Toàn Ban hòa tấu bản Bình-Minh Ca Khúc của Võ-Đức-Thu.

Vào khoảng phân đoạn thứ hai của bản nhạc, Ba tôi nhẹ nhàng xoay micro để tiếng nhạc trở nên nhỏ dần, văng vẳng, xa xa, trong khi Cô Thùy-Giang giới thiệu thành phần Ban Ca cũng như Ban Nhạc và những tác phẩm sẽ được trình bày vào tối hôm đó.

Ban Nhạc gồm có:

*- Anh Phạm-Đình-Phê: Học sinh, hiện định cư tại Charlotte, NC.

Nhà Anh Phê ở gần Tòa án. Anh đàn Violon và Guitar. Tiếng đàn của Anh đã đưa Anh vào một "cuộc tình lớn"; nhưng khi vào Saigon học Anh mới gặp được "người bạn đường". Sau khi được cộng sản Việt Nam thả về và trước khi sang Mỹ theo diện H.O. Anh mở lớp dạy nhạc tại Nha-Trang. Anh là người duy nhất trong ban Bình-Minh, sau 1975, đã nuôi sống bản thân và gia đình bằng khả năng âm nhạc. Tôi say mê tiếng Guitar của Marc Antoine nhưng tiếng Guitar mà tôi yêu thích lại là của Anh Phê và của Hồ-Quang-Liêm – con út của tôi – tốt nghiệp từ Musicians Institute tại Hollywood, California.

*- Anh Hà-Quang-Đức: Học sinh, hiện còn ở Việt-Nam.

Anh là Bắc-Kỳ di cư, nhà ở Xóm Mới. Anh Đức đàn Hạ-uy-cầm rất tuyệt . Sau năm 1975, theo lời anh Phê kể, anh Hà-Quang-Đức theo Phục-Quốc. Chỉ một thời gian ngắn, anh Đức bị cộng sản Việt Nam (csVN) bắt và bị tù 18 năm. Sau khi mãn tù, anh Đức trở về sống tại Nha Trang.

*- Chú Tưởng: Công chức; đàn Accordéon.

Tôi thích nhìn những ngón tay của Chú Thưởng khi Chú đàn những bản Valse và Tango.

*- Anh Cường: Học sinh, đàn guitar.

Rất tiếc tôi không nhớ nhiều chi tiết về anh Cường và Chú Tưởng. Và tôi cũng mất liên lạc với hai vị này.

*- Chú Vân-Sơn: Phục vụ trong Quân Cụ.

Chú Vân-Sơn cũng Bắc-Kỳ di cư, dáng người cao lớn, rất khỏe mạnh, nhà ở Phú-Vinh. Chú Vân-Sơn đàn Hạ-uy-cầm. Tôi vẫn nhớ, mỗi lần độc tấu bản Eternally của Charlie Chaplin, cuối những phân đoạn thích hợp, Chú Vân-Sơn tạo những ngón "vuốt" rất lạ lùng, làm buốt lòng người nghe. Sau năm 1975 Chú cũng bị Việt-cộng bắt đi cải tạo. Khoảng cuối thập niên 80, lúc vào Saigon làm thủ tục đi Mỹ, bất ngờ Ba tôi gặp lại Chú Vân-Sơn tại bến tàu. Chú làm "ban bù", tức là phu khuân vác, ở bến tàu!

*- Chú Phan-Phi-Phụng: Giáo sư trường Kỹ-Thuật; mất liên lạc.

Chú Phụng có biệt tài đàn Banjo Alto với cả ngón tay út của bàn tay trái. Banjo Alto chỉ có bốn giây, vậy mà chú trémolo nghe đã tai lắm.

*- Anh Hoàng-Đình-Phiên: Học sinh, hiện ngụ tại Nam California.

Nhà anh Phiên là tiệm sách Kim-Anh, đầu đường Độc-Lập. Anh Phiên đàn Accordéon. Anh là "cột trụ" của Ban Gió-Mùa, cũng thuộc Đài Phát Thanh Nha-Trang. Anh chỉ tăng cường cho ban Bình-Minh khi nào Ba tôi yêu cầu. Ba tôi thường bảo tiếng đàn Accordéon của anh Phiên không khác gì tiếng Accordéon nhà nghề của Trần-Văn-Lý. Khi bất ngờ anh Phiên đọc tùy bút Tưởng Như Trở Về, Anh hoang mang, không biết Điệp-Mỹ-Linh là ai mà lại viết rõ về Anh.

Sau đó, tôi không nhớ năm nào, trong ngày đại hội Hải-Quân tại quận Cam, California, tôi được mời lên sân khấu nói chuyện. Lúc thấy tôi anh Phiên rất ngạc nhiên, nói với người bạn ngồi bên cạnh: *"Ủa, đây là 'con nhỏ' Thanh-Điệp mà. Ô, thôi rồi! Hèn gì cô nàng viết về tao không sai tý nào cả!"* Tiếc rằng, sau khi tôi rời sân khấu, anh Phiên đón tôi nơi cửa, nhưng vì tính tôi hay quên mà anh Phiên lại không nói tên cho nên tôi... không nhận ra Anh!

*- Anh Mầu: Thương gia; bặt tin.

Tôi không nhớ anh Mầu họ gì. Tôi chỉ nhớ anh Mầu là người Việt lai Tàu, nói tiếng Việt không rõ lắm. Anh ở nơi ngôi nhà hai tầng ngay trước chợ Đầm. Tiếng Saxophone Alto và lối trình diễn của anh Mầu – nhất là khi Anh độc tấu những bản Jazz hay nhạc tình – có sức thu hút hết sức lạ lùng! Mỗi khi nghe tiếng Saxo. của Jim Bretney hoặc của Louis Armstrong tôi lại nhớ đến tiếng Saxo. của anh Mầu.

*- Anh Trần-Nam: Học sinh; mất liên lạc.

Anh Trần-Nam ngụ tại ngôi nhà hai tầng trên đường Độc Lập, hơi xeo xéo với Ty Thông Tin. Anh Trần-Nam chơi Guitar và Clarinette. Anh có biệt tài dùng Guitar giả tiếng Đại-hồ-cầm. Khi nghe tiếng Clarinette điêu luyện của Kenny G. không thể nào tôi không nghĩ đến tiếng Clarinette của anh Nam.

*- Chú Huỳnh-Anh: Thương gia; bặt tin.

Nhà Chú Huỳnh-Anh ở gần nhà anh Mầu. Tôi thật sự không nhớ Chú Huỳnh-Anh này có phải là tác giả tình khúc rất nổi tiếng lúc bấy giờ – Em Gắng Chờ – hay không. Nhưng hình ảnh tôi không thể quên được là lúc Chú đàn Đại-hồ-cầm. Mấy ngón tay của bàn tay trái của Chú tung tăng trên giây đàn; năm ngón tay của bàn tay phải "búng" giây đàn trong khi chân mặt của Chú nhun nhún, nhịp nhịp theo mỗi thì mạnh (temps fort) và mắt Chú trông như chìm đắm vào cõi nào rất xa xôi/rất mơ hồ.

*- Chú Ninh: Không-Quân; mất liên lạc.

Tôi cũng không nhớ Chú Ninh họ gì. Tiếng Saxo. của Chú Ninh điêu luyện lắm, nhưng có lẽ tuổi hơi lớn – khoảng gần bằng tuổi của Ba tôi – cho nên hơi của Chú không được dài. Vì vậy Chú chỉ thích chơi những bản nhạc vui, nhạc hùng. Tiếng Saxo. của Chú Ninh trong những bản swings làm cho đôi vai và tay chân của người thích khiêu vũ đều phải cử động mạnh.

*- Chú Tâm-Giao: Quân Cụ; mất liên lạc.

Chú Tâm-Giao đàn Guitar. Nhà của Chú ở đường Hai-Chùa. Chú Tâm-Giao rất hợp với Ba tôi; vì cả hai Ông đều thích nhạc Pháp. Chú thường độc tấu những nhạc phẩm bán cổ điển Tây phương.

Sau khi tùy bút Kỷ Niệm với Ban Ca Nhạc Bình Minh đài phát thanh Nha Trang được đăng trên Việt Báo online – số ra ngày 03-07-2020 – tôi nhận được email của độc giả Hiếu Nguyễn với tư liệu rất đáng tin cậy liên quan đến anh Hàn Phong Cao và Chú Tâm Giao.

Theo ông Hiếu Nguyễn thì: Chú Tâm Giao tên thật là Lê Hoàng Chung. Sau khi giải ngũ, chú Tâm Giao trở thành giáo sư âm nhạc của trường trung học Phan Bội Châu – Phan Thiết/Bình Thuận. Thời điểm này chú Tâm Giao sáng tác nhiều ca khúc; nhưng tác phẩm Phan Bội Châu Hành Khúc của Tâm Giao Lê Hoàng Chung được hân hạnh trở thành ca khúc chính thức của trường Phan Bội Châu; được học sinh toàn trường hát tiếp sau bản Quốc Ca Việt Nam Cộng Hòa (VNCH) trong các buổi chào cờ.

*- Chú Thiều: Tư chức; mất liên lạc.

Tôi không nhớ Chú Thiều họ gì, nhưng tôi nhớ Chú Thiều và anh Châu – thuộc Ban Văn Nghệ Khu Công Chánh miền Nam trung nguyên Trung phần – là hai "tay" trống "cừ khôi" nhất của Nha-Trang thời bấy giờ.

*- Thanh-Điệp: Học sinh, đàn Accodéon; hiện ngụ tại Houston.

Vào thời điểm đó, tại Saigon, ca sĩ Thúy-Nga là phụ nữ thường đệm Accordéon rồi hát những ca khúc Việt-Nam, chứ ca sĩ Thúy-Nga chưa bao giờ độc tấu Accordéon bất cứ một nhạc phẩm ngoại quốc nào cả.

Trong khi đó, tại Nha-Trang, ngoài phần hòa tấu với Ban Bình-Minh, Thanh-Điệp cũng đã độc tấu những nhạc khúc bán cổ điển Tây phương, như Le Beau Danube Bleu của J. Strauss, Flots Du Danube của Ivanovici, La Golondrina của N. Serradell, Liebestraum của F. Liszt, v. v…trên sân khấu cũng như trên Đài Phát Thanh. Thanh-Điệp đã được các bạn cùng thời ở trường Võ-Tánh đặt biệt hiệu thân thương là "Điệp Accord."

Ban Ca gồm có:

*- Cô Thùy-Giang: Ngoài phần xướng ngôn, Cô Thùy-Giang còn là một giọng ca nồng cốt của Ban Bình-

Minh. Cô Thùy-Giang thích hát những bản Tango đổi sang Cha Cha Cha. Khi trình diễn trên sân khấu, Cô chỉ hơi lắc nhẹ đôi vai một tý là khán giả vỗ tay vang dội, vì cho là "đợt sóng mới".

*- Chú Thu-Hoài: Phục vụ trong Liên Đoàn Bảo-An; mất liên lạc.

Chú Thu-Hoài có giọng tenor rất đặc biệt. Tôi thường nghịch, bảo Chú là Eddie Fisher của Nha-Trang. Chú Thu-Hoài chuyên đơn ca những tình khúc mang nặng tình tự dân tộc như Tình Quê Hương, Quê Nghèo, Về Miền Trung, Đố Ai, Tình Hoài Hương, v. v…

*- Chị Thúy-Minh: Học sinh; tên thật là Đỗ-Minh-Tham, đã qua đời.

Nếu Saigon có Thanh-Thúy với tiếng hát nức nở thì Nha-Trang có Thúy-Minh với giọng trầm, buồn. Tôi nhớ nhạc khúc Ánh Đèn Đêm do Thúy-Minh trình bày được yêu cầu nhiều nhất.

*- Chị Hoàng-Thu: Học sinh; tên thật là Đặng-Minh-Nguyệt, con của giáo sư Đặng-Văn-Tế. Chị hiện sống tại Saigon.

Chị Hoàng-Thu có giọng ca ngọt ngào, tha thiết và đôi khi, ở cuối một phân đoạn thích hợp, Chị "láy" giọng một tý là người nghe không thể nào không mê giọng hát của Chị.

*- Chị Thanh-Hoa: Học sinh; mất liên lạc.

Chị Thanh-Hoa tên thật là Tôn Nữ Canh-Thìn. Giọng chị Thanh-Hoa đúng là soprano, vừa cao/trong vừa thánh thót/mượt mà. Biệt tài của Thanh-Hoa là Chị có thể hát cả nhạc êm dịu và nhạc hùng. Sau này, mỗi khi nghe Mireille Mathew tôi đều liên tưởng đến giọng hát của chị Thanh-Hoa.

*- Anh Hàn-Phong-Cao: Học sinh. Hiện ngụ tại San Jose.

Giọng ca thiên phú và giọng ngân điêu luyện của anh Hàn-Phong-Cao chẳng khác nào tiếng hát nhà nghề của Anh-Ngọc. Trong những bản hợp ca nhiều bè, bao giờ giọng anh Hàn-Phong-Cao cũng nổi bật. Sau mấy mươi năm bặt tin tình cờ tôi gặp lại Anh vào khoảng cuối thập niên 80.

Đến năm 1995, sau khi tôi phát biểu cảm tưởng nhân ngày đại hội Hải-Quân toàn quốc, tại San Jose, xướng ngôn viên yêu cầu tôi khoang về chỗ; vì anh có vài điều muốn phỏng vấn tôi ngay trên sân khấu. Sau những câu hỏi thông thường, anh hỏi một câu cuối: *"Xin chị cho biết, tùy bút Tưởng Như Trở Về là tự truyện hay có bao nhiêu phần trăm hư cấu? Và những nhân vật trong tùy bút đó có thật ngoài đời hay là..."* Xướng ngôn viên dừng lại ở đó, nhìn tôi, chờ đợi. Tôi đáp: *"Thưa, để trả lời câu hỏi của anh, tôi xin mời một nhân vật trong Tưởng Như Trở Về đang hiện diện trong hội trường này đứng lên trình diện quan khách. Xin mời anh Hàn-Phong-Cao."* Thế là anh em tôi nhận được tràng pháo tay thật dòn.

Theo tư liệu của ông Hiếu Nguyễn – người đã cung cấp tư liệu về nhạc sĩ Tâm Giao Lê Hoàng Nguyên – thì: Anh Hàn Phong Cao từng là Chi Đoàn Trưởng Chi Đoàn 3 M113 thuộc Thiết Đoàn 8/Sư Đoàn 23. Về sau, anh Hàn Phong Cao được bổ nhiệm vào chức vụ Quận Trưởng quận Hàm Thuận; rồi Quận Trưởng quận Hải Long.

*- Chú Phan-Phi-Phụng. Chú Phan-Phi-Phụng chỉ song ca hoặc hợp ca chứ Chú không thích đơn ca, mặc dù Chú có giọng ca không kém chi chú Thu-Hoài. Chú Phan-Phi-Phụng và chị Thúy-Minh là đôi song ca không đối thủ – đặc biệt là dân ca – của Nha-Trang thời bấy giờ.

*- Anh Hà-Quang-Đức. Ngoài tiếng đàn Hạ-uy-cầm bất tuyệt, anh Hà-Quang-Đức còn có giọng ca rất ngọt ngào, trau chuốt. Anh thường trình bày những bản tình ca thời tiền chiến.

*- Thanh-Điệp: Học sinh; tên thật là Nguyễn Thị Thanh-Điệp. Thanh-Điệp là giọng hát chính của Ban Bình-Minh; bởi vì, nếu bất cứ một lý do nào mà một trong những người trong Ban Ca không thể đến Đài Phát Thanh được thì Thanh-Điệp phải nhận trách nhiệm hát thế cho nhân vật đó. Cũng vì lý do này mà Cụ Điệp-Linh Nguyễn-Văn-Ngữ thường nhờ anh Hoàng-Đình-Phiên tăng cường vào giờ phút chót; vì Thanh-Điệp bận hát, không thể đàn được.

Sau khi Ban Bình-Minh tan rã một thời gian, tôi vào Saigon học, rồi lập gia đình. Không hiểu tại sao ông chồng của tôi lại không thích tôi đàn/hát. Tôi buồn, phản ứng tiêu cực. Tôi bỏ hát, bỏ đàn để được ... yên thân!

Khi biết tôi bỏ đàn Accordéon từ lâu, Ba tôi chỉ im lặng, thở dài. Nhìn nét mặt của Cụ, tôi biết Ba tôi rất thất vọng về tôi! Tôi cảm thấy đau trong lòng! Khi Ba tôi qua đời, niềm đau đó òa vỡ để cùng với niềm ân hận xoáy sâu trong lòng tôi. Tôi muốn tập đàn trở lại cho lòng bớt ray rứt. Nhưng ngón tay của tôi không còn nhanh như xưa!

Con gái của tôi mua tặng tôi cây đàn, nay lại tìm mua cho tôi tập nhạc World's Favorite Series số 27 dành riêng cho Accordéon. Khi nhìn vào bản nhạc, lúng túng tìm "gam", tôi mới nhận ra được những khó khăn mà ngày xưa không bao giờ tôi nghĩ đến. Đó là mắt tôi nhìn theo nốt nhạc rất chậm, ngón tay tôi cũng chậm mà lại cứng như gỗ và không thể nào tôi thuộc được bản nhạc! Khi nào đàn sai, tôi có cảm tưởng như Ba tôi vẫn bên cạnh tôi để chỉ dẫn cho tôi như ngày xưa. Những lúc đó tôi khóc thầm và tôi đàn những bản buồn để nghe một mình, thương nhớ một mình, nuối tiếc một mình và xót xa, cay đắng cũng một mình!

Theo tiếng đàn, tôi tưởng như tôi thấy lại được một người đàn ông trẻ, sau khi biết đứa con gái đầu lòng thích đàn Accordéon, đã đưa đứa bé gái vào tận Saigon, đến tiệm đàn Mỹ-Tín, đường Hai-Bà-Trưng, đặt mua cây đàn từ Ý-Đại-Lợi và đặt mua cuốn sách dạy Accordéon bằng tiếng Pháp, từ Pháp. Khi tiệm đàn Mỹ-Tín gửi thư cho biết cây đàn đã về, người đàn ông đó lại đưa đứa bé gái vào Saigon nhận cây đàn để về lại Nha-Trang dạy nó đàn. Tất cả công khó đó của người Cha "được" đứa bé gái đem vùi lấp hết chỉ vì nó tự ái, không muốn tạo lý do để bị mỉa mai, tỵ hiềm!

Sự Tan Rã Của Ban Bình Minh

Sau cuộc đảo chánh (hụt) lật đổ Tổng-Thống Ngô-Đình-Diệm, Ba tôi bị người láng giềng, vì đố kỵ với Ba tôi, bịa chuyện, báo cáo với công an rằng Ba tôi hạ ảnh Tổng-Thống Ngô-Đình-Diệm vào đêm đảo chánh. Ba tôi bị mật vụ điều tra. Không tìm ra bằng chứng và cũng nhờ sự can thiệp của ông Nguyễn-Văn-Thưởng – Trưởng Khu Công-Chánh miền Nam Trung nguyên Trung phần – Ba tôi không bị kết tội. Nhưng sau đó, Ba tôi bị (hoặc được?) "trả" về Hành-Chánh; vì Ba tôi thuộc ngạch Hành Chánh Trung Ương.

Nhờ về lại Hành-Chánh, ngay sau đó, Ba tôi được bổ nhiệm vào quận Cam-Lâm với chức vụ Phó Quận Trưởng Hành Chánh quận Cam Lâm. Chỉ một thời gian ngắn, quận Cam-Lâm trở thành thị xã Cam-Ranh và Ba tôi nhận chức Trưởng Ty Nội-An thị xã Cam-Ranh – Ba tôi bị csVN cho đi cải tạo lâu năm chỉ vì chức vụ này – đồng thời Ba tôi cũng được biệt phái dạy Pháp-văn, toàn thời gian, cho các lớp đệ nhị cấp trường trung học công lập Cam-Ranh.

Sự thuyên chuyển của Ba tôi là nguyên nhân đưa đến sự tan rã của Ban Ca Nhạc Bình-Minh. Điều này khiến Ba tôi buồn bao nhiêu thì, khi Ba tôi nhận được lệnh biệt phái dạy Pháp-văn toàn thời gian cho các lớp đệ nhị cấp trường trung học Cam-Ranh, Ba tôi vui bấy nhiêu – vì Ba tôi có cơ hội "vẫy vùng" trở lại trong địa hạt mà Ba tôi yêu thích không kém chi văn chương, âm nhạc, và kịch nghệ.

Hai Vì Sao Hội Tụ

(Thành kính tưởng niệm nhà văn, nhà thơ Trần Nhất Hoan)

Như mọi buổi sáng, tôi vừa dùng điểm tâm vừa xem tin tức trên Internet. Sau đó, tôi vào Inbox để xem emails của bạn hữu. Khi thấy youtube tình khúc Hai Vì Sao Lạc – do ông Trần Nắng Phụng chuyển – cũng là lúc tôi chợt nhớ trái avocado để quên nơi bếp. Tôi "bấm" vào youtube rồi rời phòng computer, đi xuống lầu, với dụng ý khi tôi trở lên thì phần nhạc dạo đầu sẽ chấm dứt.

Vừa bưng chén đựng trái avocado, tôi chợt nghe tiếng nhạc dập dìu một tình khúc xưa, rất quen – mà tôi từng đàn và hát trên đài phát thanh Nha Trang, tại sân khấu của các rạp xi-nê ở Nha Trang và những khi thơ thẩn nơi sân sau – vào thập niên 60. Tôi vội đi nhanh đến cầu thang để trở lên phòng computer. Bước chân của tôi vừa đến chân cầu thang thì tiếng hát bắt đầu:

Người về, một mùa Thu gió heo may.
Về đâu có nhớ chăng những vì sao long lanh
Đưa tiễn người một đêm không trăng
Nói sao nên lời, lòng buồn như chiều rơi...

Âm hưởng thiết tha của dòng nhạc, lời ca ướt lệ cùng sự rung cảm dạt dào trong lòng như một mãnh lực vô hình đưa hồn tôi trở về khung trời cũ. Tôi cảm thấy nặng nơi lồng ngực rồi chân tôi cũng nặng, như không thể bước lên cầu thang!

Đứng nơi chân cầu thang, nhìn qua khung cửa kính, tôi tưởng như có thể thấy lại được đứa bé gái – khoảng 14, 15 tuổi – đang thơ thẩn nơi sân sau, nhìn về phương xa như muốn tìm điều gì rất xa vời, rất thánh thiện đang phiêu bạc cuối trời!

Tôi nhớ rất rõ, thời điểm đó tôi chưa biết yêu là gì. Nhưng, mỗi khi thơ thẩn nơi sân sau hoặc âm thầm đi trên cát, dọc bờ biển, lòng tôi cứ bâng khuâng, ray rức về một hình bóng mà tôi thường tưởng tượng và ấp ủ. Trong khối óc còn non nớt, nhưng giàu tưởng tượng của tôi, chỉ có hai bóng hình tương phản nhau. Đó là thanh niên trong quân phục và thanh niên với cây đàn.

Thanh niên với cây đàn, tôi…không thể tìm được; vì các Bác, Chú, Anh trong ban ca nhạc Bình Minh đều gọi tôi là "con nhỏ". Thanh niên đến nhà tôi vào cuối tuần để nghe ban Bình Minh tập dượt có hai "ông" sinh viên Y Khoa – sau chuyển sang Quân Y; còn các vị khác là dân sự và giáo sư trung học; không có vị nào là nhà binh chính gốc.

Một trong các vị giáo sư thường đến nhà thăm tôi vào mùa Hạ là thầy Trần Đình Hoàn. Thầy Hoàn dạy tại trường trung học Cường Để, Quy Nhơn. Mùa Hè thầy thường vào Nha Trang chấm thi.

Lần đầu tiên thầy Hoàn thấy tôi là lúc tôi cùng Xuân Diệu – con của giáo sư Lượng dạy Pháp văn tại trường Thống Nhất và trường Tương Lai, ngụ tại ngôi nhà lầu gần góc đường Nguyễn Huệ và Yersin, Nha Trang – đang ngồi trên cây trứng cá, hái trái, ăn.

Sau đó, mỗi năm thầy Hoàn vào Nha Trang chấm thi, Xuân Diệu thường đưa thầy Hoàn đến nhà Ba Má tôi thăm tôi và nghe tôi đàn. Từ đó, tôi không hiểu tại sao mỗi khi tôi gặp thầy Hoàn tại nhà thầy cô Lượng thì cô Lượng lại cười, bảo:

- Hoàn! Gửi gạo vô Cô nuôi Thanh Điệp cho.

Tôi vẫn vô tư leo lên cây trứng cá, hái trái, ăn trong khi thầy Hoàn chỉ nhìn tôi, cười hoặc nói vài câu bâng quơ theo kiểu người lớn nói với trẻ em.

Dòng ý tưởng trong tôi vừa đến đây, tiếng hát trong youtube cũng vừa đến đoạn cuối:

"... Bước đi âm thầm lòng buồn như chiều rơi
Nghe chăng thu ơi để lá rơi chi hoài
Gợi lòng thương nhớ ai nhiều!"

Lên đến phòng computer tự dưng tôi hết muốn ăn. Ngồi vào bàn computer, nhìn ra cửa sổ, tôi tưởng như tôi có thể thấy lại tôi bên bờ biển xưa vào một chiều cuối tuần. Thầy Hoàn đi với một "ông" Hải Quân và chị Thúy Minh – thành viên trong ban ca nhạc Bình Minh. Thấy tôi, chị Thúy Minh gọi tôi đến. Tôi chào thầy Hoàn, và chị Thúy Minh. Lúc quay sang chào "ông" Hải Quân tôi mới thấy bảng tên Hồ Quang Minh. Thầy Hoàn giới thiệu "ông" Minh là bạn cùng lớp với thầy từ khi cả hai còn học tại trường Quốc Học. "Ông" Minh cũng nói tiếng Huế như Thầy Hoàn.

Sau lần gặp gỡ đó, thầy Hoàn, "ông" Minh và nhiều "ông" Hải Quân bạn của "ông" Minh, thường đến nhà tôi nghe tôi đàn vào những hôm ban Bình Minh không tập dượt.

Một lần, bất ngờ nghe Minh nói tiếng Nam, tôi hỏi tại sao Minh đổi giọng nói? Minh chỉ cười, không đáp. Lúc gặp chị Thúy Minh trong trường Võ Tánh – chị học trước tôi vài lớp – tôi cho chị biết Minh không còn nói tiếng Huế nữa. Chị Thúy Minh cười ngất:

- Ui chao, "cái ông" Minh ni! Chắc ổng "mết" mi rồi!

- Chị nói gì em không hiểu?

- Anh Minh hỏi tau: Bác gái và bà Ngoại của mi là người Huế, chắc thích có rể người Huế? Tau đáp: Vì là người Huế cho nên bà Ngoại và Bác gái không muốn mi lấy người Huế. Anh Minh hỏi lý do? Tau đáp: Vì Ngoại và Bác gái ngại cảnh Mẹ chồng và mấy "ông chú mụ o" nhọn mồm!

Thời điểm này, trong khi Ba Má tôi bắt đầu nghiêm khắc đối với tôi – vì nhận ra tôi có vẻ đang "trổ mã" để trở thành thiếu nữ – thì tim tôi cũng vẫn chưa bị "lỗi nhịp" vì nhân vật nào cả.

Một buổi chiều, từ bờ biển nhìn ra khơi, thấy chiến hạm mang số 327, tôi chợt nghĩ đến Minh; vì trước đó không lâu, Minh ghé nhà cho tôi biết Minh vừa tốt nghiệp khóa 8 sĩ quan Hải Quân và sẽ tòng sự trên Giang Pháo Hạm Long Đạo, HQ 327.

Về đến nhà, tôi rất ngạc nhiên khi thấy Minh đang ngồi nơi phòng khách, dáng vẻ rất bồn chồn. Chỉ thăm hỏi được vài câu, Minh vội từ giã tôi để kịp chuyến xe lửa ra Quy Nhơn trình diện – Hải Quân đại úy Vũ Trọng Đệ – Ham Trưởng HQ 327.

Hôm sau tôi nhận được điện tín của Minh – do anh Quân Cảnh chuyển giùm – báo tin rằng Minh đang bị

Quân Cảnh áp giải về Tổng Tam Mưu để ra Tòa Án quân sự về tội đào ngũ, bỏ tàu, đi từ giã "cô bạn". Tôi khóc và tim tôi bị "lỗi nhịp"!

Từ hôm đó, mỗi chiều tôi thường ra sân sau, nhìn về phương xa như chờ đợi, như mong ngóng bóng dáng một người; rồi, từ tâm thức thơ dại của tôi tiếng hát của bài Hai Vì Sao Lạc ngân lên âm thầm:

... Người về, đường đi kết gió trăng sao
Người đi có biết chăng tôi chiều nay bơ vơ
Nghe lá thu vàng rơi bâng khuâng...

Không hiểu tại sao tôi lại thầm ví cuộc đời thầm lặng của tôi và cuộc đời trôi nổi của Minh như "hai vì sao lạc"!

Sau khi trở thành vợ của Minh, tôi nhận ra – ngoài cá tính "ba gai", không biết sợ ai – Minh lại là một người bạn tốt, rất xứng đáng để bạn hữu tin cậy.

Chiều cuối tuần, Minh và tôi đi dạo biển, đẩy chiếc xe có con gái đầu lòng của chúng tôi nằm bên trong. Bất chợt chúng tôi thấy thầy Hoàn vừa bước vội về phía chúng tôi vừa gọi: "Minh! Minh!"

Minh mời thầy Hoàn vào quán uống nước, hàn huyên. Tính tôi ít nói, lại ngoại giao không khéo, cho nên chỉ chào thầy rồi ngồi im. Thầy Hoàn lấy từ cặp-táp tập truyện Nỗi Buồn Ngày Tháng Cũ – tác phẩm đầu tay của thầy, bút hiệu Trần Nhất Hoan – viết vội vài dòng rồi trao cho Minh. Minh đọc dòng chữ tác giả viết tặng rồi trao cuốn sách cho tôi. Tôi mở tập truyện và thấy thầy Hoàn viết: "Tặng Minh 'sún' và Thanh Điệp với những kỷ niệm ấu thơ còn đó". Lật tiếp vài trang, đọc qua, bất ngờ tôi thấy câu: "... Thanh Điệp, con ông Ngữ ở Nha

Trang. Điệp có nụ cười rất đầm và cái cằm chẻ đôi…”
Ngữ là tên của Ba tôi. Lòng tôi chợt chùng thấp, không
thể đọc tiếp! Vừa khi đó thầy Hoàn đứng lên, bắt tay từ
giã Minh. Minh nói:

- “Cái thằng”! Mới gặp, chưa thăm hỏi được chi cả
thì đòi đi; đi mô mà gấp rứa?

- Tau đi bắt… con giã tràng!

Minh và tôi tròn mắt nhìn nhau!

Năm 1968, Minh chỉ huy Giang Đoàn 30 Xung
Phong, chịu trách nhiệm an ninh dài hạn vùng Bình Điền,
Chợ Lớn. Trong lần về hậu cứ họp hành quân, Minh ghé
nhà, hỏi:

- Biết anh gặp lại ai không?

- Ai vậy?

- “Thầy” Hoàn “của cô” chứ ai!

- Anh gặp thầy ở đâu?

- Ở Bình Điền. “Nó” đến với phái đoàn quay phim,
dường như để quay phim tài liệu.

- Ủa, thầy hết viết văn rồi hay sao mà làm phim?

- Anh không biết. “Nó” gửi lời thăm em.

Trong bữa cơm chiều, vừa bưng chén cơm, tự dưng
Minh cười, hỏi:

- Em biết gì không?

Tôi nhìn Minh, lắc đầu. Minh tiếp:

- Hồi đó cô Lượng bảo “thằng” Hoàn gửi gạo vô cô
nuôi Thanh Điệp cho mà “nó” gửi ít quá cho nên…

Minh chưa dứt câu tôi vội nghiêm nét mặt, cắt ngang:

- Ông không nên đùa với thầy Hoàn như vậy!

- Biết rồi, "cô nương"! Đùa với cô thôi chứ ai "cà chớn" đi đùa với "nó". "Nó" là "thằng" bạn "nối khố" của "tui" mà.

Từ đó về sau Minh không nhắc đến thầy Hoàn và tôi cũng không được gặp lại hoặc nghe tin gì về thầy nữa.

Đầu thập niên 80, đang nấu cơm chiều, nghe điện thoại reng, tôi nhờ Minh trả lời. Không biết ai ở đầu giây bên kia, tôi chỉ nghe giọng Minh rộn ràng vui rồi cứ "tau tau, mi mi" liên hồi. Minh là vậy. Khi nói chuyện với vợ con hoặc người Nam, Minh nói tiếng Nam; khi nói chuyện với người Huế, Minh nói tiếng Huế. Vì vậy, tôi đoán Minh đang nói chuyện với người bạn Huế nào đó vừa vượt biển đến Mã Lai. Một chốc sau, tôi nghe Minh hỏi:

- Mi muốn nói chuyện với bả không?

Tôi tròn mắt nhìn minh, hỏi nhỏ:

- Ai vậy?

Minh chỉ cười, trao điện thoại cho tôi. Sau khi nhận ra thầy Hoàn, tôi hỏi:

- Làm thế nào thầy biết được số điện thoại của tụi em?

- Hỏi mấy người Hải Quân thì ra chứ có chi mô.

Thầy cho biết thầy chỉ vượt biển một mình; vợ con kẹt lại. Thăm hỏi nhau được vài câu, thầy chợt hỏi:

- Bà còn đàn, còn viết không?

- Dạ, đàn thì em "dẹp" từ hồi còn ở Việt Nam lận!

- Tại răng rứa?

- Thầy hỏi "ông bạn của thầy"; đừng hỏi em.

- Còn viết thì răng?

- Dạ, cũng chưa biết. Khi nào ổng vui, ổng để yên cho em viết thì em viết; khi ổng "quạu", ổng "cự" thì em "dẹp". Còn thầy thì sao?

- Để lo bảo lãnh bả với mấy đứa nhỏ sang rồi tính.

Lâu lắm, tôi không nhớ mấy năm, điện thoại reng. Tôi nhất ống nghe, "Allo". Không ai trả lời mà tôi chỉ nghe tiếng Piano thánh thót cùng tiếng hát nồng nàn trong tình khúc Longer của Dan Fogelberg. Trong khi tôi còn ngẩn ngơ, chưa biết ai nghịch một cách dễ thương đến như vậy thì dòng nhạc Việt vang lên rồi tiếng hát ngọt ngào diễn đạt được tất cả nỗi niềm của nhạc sĩ Ngọc Bích qua ca khúc Ngày Nào Một Giấc Mơ. Sau đó thầy Hoàn cho biết, sau khi gia đình đoàn tụ, đời sống bớt vất vả, thầy học Piano và Saxophone. Tôi mừng cho thầy và tủi thân tôi!

Bẵng đi một thời gian dài, thầy Hoàn lại điện thoại. Minh nói chuyện với thầy một chốc rồi trao điện thoại cho tôi. Sau vài câu thăm hỏi, thầy Hoàn đổi đề tài:

- Bà quen với Phụng Hồng khi mô?

- Ủa, tại sao thầy biết em quen với ông Phụng Hồng? Mà thầy biết Phụng Hồng là ai hay không?

- Chao! Cũng "dân' Khải Định Quốc Học với nhau chứ chi mà không biết. Phụng Hồng sáng tác thơ tặng "cô bé tóc dài Thanh Điệp/ĐML", đăng trên báo Ngày Nay và đặc san Khải Định mà không phải tặng cho bà thì tặng cho ai?

- Thảo nào ông Phụng Hồng bảo ổng biết thầy.

- Mần răng bà biết Phụng Hồng biết tôi?

- Dạ, thỉnh thoảng ông Phụng Hồng điện thoại thăm em; em hỏi ông ấy biết thầy hay không. Ông ấy đùa, bảo, Trần Nhất Hoan là Hoan Nhất Trần, "dân" Quốc Học ai mà không biết.

- Rứa bà với Phụng Hồng thường liên lạc với nhau bằng điện thoại à?

- Da, không. Ông Phụng Hồng – sau khi viết bài điểm sách tập truyện Tưởng Như Trở Về của Điệp Mỹ Linh, gửi đến báo Ngày Nay của ông Nguyễn Ngọc Linh đăng – xin số điện thoại của em từ báo Ngày Nay. Chưa bao giờ em gọi cho ông ấy cả.

- Rứa bà có biết "khi xưa" Phụng Hồng có bút hiệu khác hay không?

- Dạ, biết. "Khi xưa" bút hiệu của ông Phụng Hồng là Hoàng Việt Sơn; bây giờ ông ấy có bút hiệu Hoàng Vũ Bảo nữa.

- Rứa là bà quen Phụng Hồng lâu lắm rồi đó, hỉ?

- Dạ không! Ông Phụng Hồng chỉ thấy em hai lần. Lần đầu tiên, khi anh Nguyễn Bá Liên – về sau bị tử trận tại Ben Hét, được phong cố chuẩn tướng – mời ban ca nhạc Bình Minh giúp vui, ủy lạo đơn vị Thủy Quân Lục Chiến tại Nha Trang, vào dịp Trung Thu. Sau đó, anh Nguyễn Bá Liên trao cho em bài thơ Tiếng Đàn Đêm Trung Thu, tác giả là Hoàng Việt Sơn, gửi tặng "cô bé tóc dài" Thanh Điệp. Lần thứ hai ông Phụng Hồng thấy em trong buổi hội ngộ Phượng Vỹ của trường Quốc Học Đồng Khánh khi em "bị" mời lên sân khấu. Sau đó, ông Phụng Hồng không những đăng thơ trên báo tặng em mà ông ấy còn xuất bản tập thơ Nửa Đời Thương Đau để tặng em. Chi tiết này em đã viết trong bài Tạ Lỗi với Người Thơ khi được tin ông Phụng Hồng qua đời.

- Gan dữ rứa! Rứa mà "thằng" Minh để yên à?

- Thầy ơi! Ông Phụng Hồng chỉ sáng tác thơ tặng em chứ ông ấy đâu có làm gì tội lỗi và em cũng đâu có tình ý gì với ông Phụng Hồng. Cho đến khi chết, ông Phụng Hồng cũng vẫn chưa hề gặp em. Anh Minh biết rõ điều đó mà.

Sau cuộc điện đàm với thầy Hoàn, Minh cho tôi hay rằng thầy Hoàn đã cho Minh biết vợ chồng thầy không còn chung sống với nhau nữa.

Tôi không nhớ năm nào, thầy Hoàn lại điện thoại, nói chuyện với Minh rồi nói chuyện với tôi. Giọng thầy rất vui:

- Mới xong bài thơ tối hôm qua, hôm nay điện thoại "khoe" với bà đây.

- Em đọc truyện của thầy chứ chưa được đọc thơ của thầy.

- Chừ tôi tặng bà đây.

Thầy hắng giọng, tiếp:

- Tôi đọc, bà ghi, hỉ! (Thời điểm đó chưa có Internet).

- Dạ.

-Tựa của bài thơ là Mây Trắng, của Trần Nhất Hoan, tặng Thanh Điệp/Điệp Mỹ Linh.
Gót ngọc hồng phai dáng Hạ về.
Ngày rưng rưng nắng bóng pha lê.

Áo trời mây trắng vươn thương nhớ.
Ôm trọn hoa niên hẹn đợi chờ.

Đường kim mối chỉ đơn sơ quá!
Thơ dại nằm yên giữa đôi ta!...
Buổi xưa chia cách sao vội vã?
Theo gió chiều lên áo bay xa.

Sông nước ngày thơ mây trắng xóa.
Áo em cánh bướm tự phương nhà.
Xin cho nhắm mắt, hình dung lại
Một người áo trắng ở trong ta!

Trong khi tôi viết, Minh đứng cạnh, đọc từng chữ. Tôi vừa viết vừa…run tay vì xúc động! Sau cuộc điện đàm, Minh cười:

- "Cái thằng"! Mấy mươi năm rồi mà cũng vẫn còn trách "Thơ dại nằm yên giữa đôi ta"!

Tôi giả vờ không hiểu bài thơ:

- Thầy viết về cô áo trắng nào đó chứ đâu có tên "tui".

- Đồng phục của nữ sinh Võ Tánh không phải áo trắng là gì?

Im lặng! Minh tiếp:

- "Nó" tu tại gia, ăn chay trường được vài năm rồi.

- Ủa, sao thầy không nói gì với em về việc đó?

Im lặng. Một chốc sau, Minh bảo:

- "Cái thằng"! Đã tu, ăn chay trường mà còn "Xin cho nhắm mắt, hình dung lại, Một người áo trắng ở trong ta"!

Vài tuần sau, chúng tôi nhận được tập thơ Tràng Phang Tiếp Dẫn và truyện dài Vùng Trời Quê Hương do Trần Nhất Hoan sáng tác, gửi "Tặng Minh 'sún' và con gái cụ Ngữ". Tôi đọc và nhận ra tâm hồn của thầy Hoàn đã hoàn toàn xa lìa tục lụy.

Sau đó rất lâu, giữa Minh và tôi có quá nhiều bất đồng. Minh dời đến sống với vợ chồng con gái của chúng tôi.

Vào Mother's Day, thầy Hoàn điện thoại. Sau khi chúc tôi Mother's Day, thầy khuyên tôi nên cho Minh trở về. Tôi ngạc nhiên:

- Làm thế nào thầy biết được chuyện giữa ông Minh và em?

- "Hắn" điện thoại cho tôi, kể lể mọi điều rồi nhờ tôi nói với bà cho hắn về.

- Là bạn thân của ông Minh, thầy còn lạ gì tính của ổng.

- Biết rồi! Nhưng tôi khuyên bà, thôi, bà đã chịu đựng được "hắn" mấy mươi năm rồi; chừ có tuổi cả rồi, tha thứ cho nhau mà sống, chấp nê chi nữa?

- Thưa thầy, càng già em càng nghiệm được rằng: Mọi điều xảy ra trên vũ trụ này đều khởi từ Nhân, Duyên và Nghiệp.

- Ui chao! Tu khi mô mà nói nghe như ni cô thuyết giảng rứa, Trời!

- Ông Minh và em vẫn là bạn, không thù hận gì cả; gặp nhau vẫn chào hỏi. Đôi khi – nếu biết được em sẽ tham dự bữa tiệc nào đó – ông Minh đứng nơi cửa để đón em, đưa em vào bàn rồi lấy nước uống cho em. Thầy hỏi bạn ông Minh ở đây xem có đúng không.

- Chừ hắn chỉ muốn trở về với bà thôi. Hắn nói hắn rất ân hận vì đã đẩy bà đến cuối đường.

- Thôi, thầy ơi! Đừng nói chuyện "cái ông ba gai" đó nữa. Thầy đàn và hát cho em nghe đi, thầy.

- Bà hứa cho hắn trở về thì bà muốn tôi đàn, hát cả trăm bài tôi cũng đàn, hát cho bà nghe.

- Nếu em không hứa thì sao, thưa thầy?

- Nếu bà không cho hắn trở về thì "nhiệm vụ" hắn giao cho tôi kể như…tiêu! Rứa thì tôi còn lòng dạ mô mà đàn, hát cho bà nghe?

- Em sorry, thưa thầy!

Khi Minh đột ngột qua đời – năm 2014 – tôi emailed và điện thoại thông báo cho bạn hữu của Minh. Lúc bấm số điện thoại của thầy Hoàn, nghe máy trả lời, tôi để lại lời nhắn:

- Thưa thầy, ông bạn của thầy "đi" rồi!

Sau đó thầy Hoàn gọi lại, an ủi tôi rồi hỏi:

- Bạn bè của hắn có đứa mô đến viếng hắn chưa? Tiếc là tôi có việc phải đi xa.

- Dạ, ngoài gia đình Hải Quân, bạn của ổng đến đông lắm.

- Hắn rất tốt với bạn cho nên ai cũng thương quý hắn.

- Dạ, hôm được tin ông Minh qua đời, anh Trần Đoàn – cũng "dân" Quốc Học – trên DC cũng emailed cho em một câu tương tự như câu thầy vừa nói. Trong email hồi đáp cho anh Đoàn, em đùa: "Ông Minh tốt với cả triệu người; còn Thanh Điệp là người thứ một triệu lẻ một… Đành chịu!"

- Bậy! "Thằng" Minh "hắn" thương bà lắm đó! Nhưng vì tính hắn "ba gai", không biết sợ, không tự chế và không do lường được hậu quả mà ra "cớ sự".

- Thôi, thầy ơi! Có lẽ ông Minh và em Duyên Nợ không còn!

- Thôi nha, để tôi vào niệm cho "thằng" Minh một hồi kinh.

Đó là lần sau cùng thầy Hoàn liên lạc với tôi.

Từ ngày có lệnh "không rời nhà" vì sự lan tràn của Covid-19, tôi bị tù quẩn trong nhà. Tôi tức giận vì Trung cộng lừa gạc thế giới từ khi dịch Coronavirus vừa bộc phát, rồi cố che giấu số nạn nhân tử vong. Tôi cũng thất vọng về sự "ngây thơ" của Hoa Kỳ và Âu châu trước mưu đồ quỷ quyệt của Trung cộng trong vấn nạn Covid-19. Tôi rất lo âu cho con cháu, bạn hữu của tôi. Tất cả những điều đó đều ngoài tầm tay của tôi cho nên tinh thần của tôi bị căn thẳng một cách đáng ngại. Tôi bị mất ngủ liên tục rồi cổ và vai của tôi đau thắt.

Một buổi trưa, đang ngủ chập chờn, tôi chợt choàng tĩnh vì cơn mộng dữ! Tôi sợ hãi, vội điện thoại, emailed hỏi thăm tình trạng của các con, cháu, bà con, bạn hữu, v.v…

Khi điện thoại sang thầy Hoàn, tôi bàng hoàng khi người trả lời điện thoại – Chi Chi, con gái của thầy Hoàn – cho tôi hay là thầy… không còn nữa! Tôi khóc nhiều, cũng như tôi đã khóc vùi khi con tôi báo tin Minh "ra đi"! Chi Chi hỏi:

- Thưa, cô là bạn hay là học trò của Ba con?

- Tôi không là gì của thầy Hoàn cả.

- Vậy thì tại sao cô gọi Ba con bằng thầy?

- Tôi gọi thầy Hoàn bằng thầy từ lần đầu tiên tôi gặp thầy tại nhà thầy cô Lượng; vì thầy Hoàn là giáo sư, tôi là học trò – dù thầy không dạy tôi ngày nào cả.

- Dạ, vậy có phải cô là … người tình của Ba con hay không?

- Càng không phải nữa.

- Thế thì sao cô khóc? Cô có vẻ bị xúc động nhiều.

- Vâng. Tôi xúc động rất nhiều. Nhưng, sự xúc động trong tôi xuất phát từ mối tình cảm tinh khiết, thánh thiện chứ không phải từ tình cảm đời thường giữa nam và nữ.

Rồi tôi kể lại cho Chi Chi nghe câu chuyện giữa thầy Hoàn, Minh và tôi. Chi Chi bảo:

- Thưa cô, con nhớ câu "Thanh Điệp, con ông Ngữ ở Nha Trang. Điệp có nụ cười rất đầm và cái cằm chẻ đôi…" trong cuốn Nỗi Buồn Ngày Tháng Cũ của Ba con mà con không biết Thanh Điệp là ai; không ngờ bây giờ con được tiếp chuyện với cô Thanh Điệp.

- Chi Chi còn cuốn Nỗi Buồn Ngày Tháng Cũ hay không? Nếu có thể, Chi Chi copy trang có câu thầy Hoàn viết về cô, gửi sang cho cô, được không, Chi Chi?

- Dạ, bây giờ họ "cấm đường" và con cũng rất bận tại bệnh viện; vì nạn nhân Covid-19 nhiều quá! Hôm nào số bệnh nhân giảm, có thì giờ, con sẽ gửi cuốn Nỗi Buồn Ngày Tháng Cũ biếu cô.

- Cảm ơn Chi Chi nhiều.

- Bây giờ con chuyển sang cô youtube Ba con đàn và hát để cô thấy Ba con rất yêu đời.

Sau khi mở youtube, thấy ông cụ tóc bạc, chân mày cũng trắng, đang đàn, tôi mỉm cười. Chỉ một thoáng sau, nhận ra thầy đang đàn tình khúc Mùa Thu Chết của Phạm Duy, tôi tự hỏi tại sao thầy thường chọn những tình khúc lãng mạn, buồn thảm và đầy trách hờn? Và, tôi cũng không hiểu tại sao và bắt đầu từ lúc nào thầy Hoàn gọi tôi bằng "bà"! Lúc tiếng hát của thầy đến đoạn cuối, tôi thở dài, lòng xót xa vô vàn!

... Ôi ngát hương thời gian mùi thạch thảo.
Em nhớ cho rằng ta vẫn chờ em.
Vẫn chờ em, vẫn chờ em...
Vẫn chờ, vẫn chờ... đợi em!

Trong khi giọng của thầy Hoàn vút cao hẳn một bát trình – octave – ở hai tiếng "đợi em" và tiếng vỗ tay của bạn hữu vang lên thì tôi chấp hai tay, cúi đầu, khép mắt, thầm khấn: *"Cuối cùng rồi thầy và ông Minh – hai người bạn tốt – cũng gặp lại nhau như Hai Vì Sao Hội Tụ".*

Cố Hải-Quân Trung Tá HỒ QUANG MINH
Một Sĩ Quan Can Trường, Đảm Lược
của Các Đơn Vị Tác Chiến
Hải-Quân V.N.C.H.

Khi viết hoặc đề cập đến bất cứ nhân vật nào – dù là một nhân vật lịch sử – người ta cũng thường tùy vào cảm tính để đề cập hoặc viết về phương diện tích cực hay tiêu cực của nhân vật đó.

Hôm nay, viết về Cố Hải-Quân Trung Tá Hồ Quang Minh, tôi xin được nhìn Minh ở bình diện tích cực để nhận ra những nét hào hùng và đức tính gan dạ, liều lĩnh cũng như lòng thương Lính của một sĩ quan – kể từ khi tốt nghiệp khóa 8 Sĩ Quan Hải-Quân Nha Trang cho đến ngày cuối của cuộc chiến – chỉ đảm nhận những đơn vị tác chiến. Tôi cũng chỉ xin viết về những trận đụng độ có tôi tháp tùng mà thôi.

Đơn vị đầu tiên mà tôi biết, sau khi làm vợ của Minh, là Duyên Đoàn 26, đóng tại Bình Ba, trong vịnh Cam Ranh.

Duyên Đoàn là một đơn vị của Hải-Quân, có nhiệm vụ bảo vệ những làng xã dọc theo bờ biển Nam Việt-Nam và trà trộn vào dân làng để tìm các nguồn tin tình báo ngõ hầu khám phá và ngăn chận những chuyến chuyển vũ khí của đối phương từ Bắc vào Nam.

Khi mới thành lập, phương tiện hành quân và di chuyển của Duyên Đoàn là ghe Chủ Lực và ghe Di Cư. Ghe Di Cư chạy bằng buồm màu nâu; ghe Chủ Lực chạy bằng máy. Nhân viên mặc bà ba đen và đều tự nguyện xâm vào lồng ngực bên trái hai chữ "Sát Cộng".

Thời gian Minh chỉ huy Duyên Đoàn 26, gia đình tôi ngụ tầng trên của một trong mấy căn nhà lầu; tầng trệt làm văn phòng. Các sĩ quan khác, hạ sĩ quan và đoàn viên chia nhau mấy ngôi nhà lầu do Pháp để lại. Mỗi ngày, ngoại trừ Thứ Bảy/Chủ Nhật, tôi đi bộ xuống làng Bình Ba để dạy các em học sinh – miễn phí. Hè và những ngày Lễ, tôi theo đoàn ghe đi kích hoặc hành quân.

Duyên Đoàn 26 thường có những đụng độ nhỏ với du kích Việt cộng trong vùng trách nhiệm. Ít nhất là hai lần, Duyên Đoàn 26 bắt được hai ghe loại lớn của Trung cộng giả ghe đánh cá nhưng dưới lòng ghe toàn là vũ khí. Hai chiếc ghe được neo trong vịnh Bình Ba một thời gian ngắn để điều tra rồi được dẫn độ về Nha Trang, giao cho Duyên Khu II khai thác thêm. Duyên Khu II – về sau được đổi thành Vùng II Duyên Hải – dưới quyền chỉ huy của Hải-Quân Thiếu Tá Hồ Văn Kỳ Thoại.

Tôi không nhớ ngày tháng và giờ nhưng tôi nhớ dường như năm 1964, Duyên Đoàn 26 mở cuộc tấn công vào Vĩnh Hy – một "ổ" Việt cộng. Trên chiếc Chủ Lực, Hải-Quân Thiếu Tá Hồ Văn Kỳ Thoại đứng một bên, Hải-Quân Trung Úy Hồ Quang Minh đứng giữa và Hải-Quân Đại Úy cố vấn Graham đứng một bên. Cả ba sĩ quan đều không mặc áo giáp, không đội nón sắt và đứng gần mũi ghe Chủ Lực khi đạn của Việt cộng từ sườn núi bắn xối xã ra đoàn ghe. Đoàn ghe vừa ủi bãi tấn công vừa bắn trả dữ dội. Bất ngờ Đại Úy cố vấn Graham trúng đạn, quỵ xuống trong khi Thiếu Tá Thoại và Trung Úy Minh vẫn đứng thẳng để chỉ huy. Khi nhận ra Đại Úy cố vấn Graham bị thương, Thiếu Tá Thoại chỉ thị Minh cho lệnh ghe Chủ Lực rút lui để tản thương.

Thời gian đang là Chỉ Huy Phó Giang Đoàn 23 Xung Phong tại Vĩnh Long, Minh được lệnh về Saigon thành lập Giang Đoàn 30 Xung Phong; hậu cứ trong trại Cữu Long, Thị Nghè. Chỉ sau một thời gian ngắn được thành lập, Giang Đoàn 30 Xung Phong trở thành một trong những đơn vị tác chiến Hải-Quân tạo được nhiều chiến công trên sông rạch – nhất là Cuộc Hành Quân Tam Giác Sắt.

Địa thế Tam Giác Sắt là sự nối liền của xã An Điền/ xã An Tây/xã An Phú, thuộc tỉnh Bình Dương. Tam Giác Sắt là chiến khu D – còn gọi là chiến khu Dương Minh Châu – của Việt cộng.

Hành Quân Tam Giác Sắt là những cuộc hành quân hỗn hợp, quy mô và được chia ra nhiều đợt khác nhau. Giang Đoàn 30 Xung Phong tham dự Cuộc Hành Quân Tam Giác Sắt thứ II, khởi động ngày 09 tháng 01 năm 1967.

Các lực lượng Hải-Quân sau đây được đặt dưới sự chỉ huy của – sĩ quan thâm niên hiện diện – Hải-Quân Đại Úy Hồ Quang Minh:

✓ Giang Đoàn 30 Xung Phong, Chỉ Huy Trưởng là Hải-Quân Đại Úy Hồ Quang Minh.

✓ 10 chiến đỉnh và một sĩ quan do Giang Đoàn 24 Xung Phong tăng phái

✓ 8 giang đỉnh và một sĩ quan do Đại Đội Tuần Giang tăng phái

Các đơn vị Hoa-Kỳ tham chiến:

✓ Một Lữ Đoàn của Sư Đoàn 1

✓ Một Lữ Đoàn của Sư Đoàn 25

✓ Lữ Đoàn 173 Nhảy Dù

✓ Thiết Đoàn 11

✓ Với sự tham dự của pháo đài bay B-52. (1)

Việt cộng có ưu thế hơn quân V.N.C.H. vì địa đạo hiểm trở và bờ sông cao hơn mặt nước rất nhiều. Chính từ những bờ sông quá cao này, Việt cộng bắn ra đoàn giang đỉnh một cách thuận lợi trong khi những nòng súng cối trên chiếc Combat (chiến đấu đỉnh) hoặc trên chiếc Commandement (soái đỉnh) và Fom (truy kích đỉnh) không thể ngẩng cao hơn để bắn cầu vòng!

Thế nhưng, bằng vào sự chủ động gan dạ, quyền biến và sự liều lĩnh đầy mưu lược của một sĩ quan ngành chỉ huy, Minh đã chuyển đơn vị Hải-Quân từ thế thủ sang thế công và đem chiến thắng vẻ vang về cho quân bạn và Giang Đoàn 30 Xung Phong.

Sau chiến thắng Hành Quân Tam Giác Sắt II, đích thân Tổng Thống V.N.C.H. Nguyễn Văn Thiệu viếng thăm, ủy lạo và gắn huy chương cho binh sĩ Giang Đoàn 30 Xung Phong cũng như binh sĩ của 10 chiến đỉnh thuộc Giang Đoàn 24 và binh sĩ của 8 giang đỉnh của

Đại Đội Tuần Giang. Riêng Minh được gắn Bảo Quốc Huân Chương – một huy chương cao quý nhất của Quân Lực V.N.C.H.. Từ đó Minh được tặng danh xưng "Người Hùng Tam Giác Sắt" (2)

Khi anh Nguyễn Công An đọc điếu văn đến đoạn trên, tôi chợt nhớ là thời gian đó Minh bảo mấy anh Lính khiên chiếc xa-lông một chỗ ngồi, từ phòng khách nhà tôi, đem xuống chiếc Commandement để Tổng Thống Thiệu ngồi.

Sau lễ gắn huy chương, Minh được đài phát thanh Quân Đội phỏng vấn. Minh đáp lời nữ xướng ngôn viên: *"Việt Cộng chết đếm không xuể. Xác nổi lềnh bềnh. Phải khó khăn lắm, khi di chuyển, đoàn chiến đỉnh mới không đụng vào xác người!"*

Qua những giờ phút mừng vui chiến thắng, Minh và tất cả sĩ quan, hạ sĩ quan và đoàn viên thuộc Giang Đoàn 30 Xung Phong phải trực diện với nỗi buồn chung của đơn vị. Đó là vấn đề lo hậu sự cho những quân nhân đã đền nợ nước.

Để thể hiện tình đồng đội, Minh ra lệnh tất cả quân nhân thuộc Giang Đoàn 30 Xung Phong phải cạo đầu để tang cho những chiến hữu đã hy sinh trong Cuộc Hành Quân Tam Giác Sắt. Ngày cử hành tang lễ, nhân viên Giang Đoàn 30 Xung Phong đều không đội mũ, ngồi trên mấy chiếc GMC đến viếng quan tài các bạn đồng đội.

Đến địa điểm hành lễ, mọi người tham dự đám tang và gia đình tử sĩ đều xúc động, bồi hồi khi thấy một đoàn dài quân nhân Hải-Quân đầu cạo nhẫn và nghe Chỉ Huy Trưởng Hồ Quang Minh – đầu cũng cạo nhẵn – đọc điếu văn và xác định rằng tất cả quân nhân thuộc Giang Đoàn

30 Xung Phong đều cạo đầu, để tang cho những quân nhân đã gục ngã trong Cuộc Hành Quân Tam Giác Sắt!

Những quân nhân từng phục vụ cùng đơn vị với Minh không ai có thể phủ nhận lòng thương Lính của Minh. Lòng thương Lính của Minh khiến tôi nghĩ đến sự dã man và tàn bạo của Đại Tướng cộng sản Việt-Nam Võ Nguyên Giáp.

Trong cuộc chiến tranh Việt-Nam, cũng như trận Điện Biên Phủ với Pháp, Đại Tướng Việt cộng Võ Nguyên Giáp đã bắt chước chiến thuật biển người của Trung Cộng để xua thanh niên Bắc Việt-Nam vào chỗ chết! Điểm đáng lưu ý là: Trong số không biết bao nhiêu thanh niên Việt-Nam bị Tướng Giáp xua vào trận địa để thực hiện chiến thuật biển người, không ai thấy hoặc biết có con, cháu hoặc người bà con nào của Tướng Giáp cả! Đại Tướng Võ Nguyên Giáp đã xây đắp đời binh nghiệp của Ông bằng cách bắt chước một chiến thuật đầy man rợ của Trung cộng! Vì vậy, một danh Tướng Hoa Kỳ, Tướng William Childs Westmoreland – Tư Lệnh Bộ Chỉ Huy Cố Vấn quân sự Mỹ tại miền Nam Việt-Nam – nhận xét về Đại Tướng Võ Nguyên Giáp như sau: "Of course, he was a formidable adversary. By his own admission, by early 1969, I think, he had lost, what, a half million soldiers? He reported this. Now such a disregard for human life may make a formidable adversary, but it does not make a military genius…".

Tôi đồng ý với nhận xét của Tướng Westmoreland. Một sĩ quan biết quý trọng mạng sống của thuộc cấp mà vẫn đem chiến thắng về cho đơn vị thì đó là một sĩ quan có mưu lược và nghệ thuật chỉ huy cao. Cố Hải-Quân Trung Tá Hồ Quang Minh là một trong những sĩ quan này!

Năm Mậu Thân, 1968, Giang Đoàn 30 Xung Phong tăng cường cho quận Bảy, giữ an ninh thủy lộ và yểm trợ Biệt Động Quân trong vùng Bình Điền, Bình Chánh và Chợ Lớn. Thời gian này Giang Đoàn 30 cũng có những đụng độ với Việt cộng; nhưng những đụng độ này không đủ tầm cỡ để thỏa mãn tính năng động của Minh.

Mãi cho đến khi thuyên chuyển về Giang Đoàn 26 Xung Phong, hậu cứ tại Long Xuyên, Minh mới có cơ hội "vẫy vùng" trở lại trên những dòng sông quyện phù sa và máu – máu của thanh niên hai miền Nam Bắc Việt-Nam – tại Vùng IV Sông Ngòi.

Chính tại Vùng IV Sông Ngòi tôi mới thấy rõ lòng quý mến và tin tưởng của quân nhân Địa Phương Quân đồn trú trong các đồn rải rác dọc những bờ sông hoang vắng dành cho quân nhân thuộc các đơn vị tác chiến Hải-Quân. Tình cảm của Địa Phương Quân cộng với tinh thần "huynh đệ chi binh" và lòng quả cảm của Minh đã thúc đẩy Minh – đôi khi – bất chấp cả lệnh của Tỉnh Trưởng, tự động đưa đoàn giang đỉnh đến giải cứu các đồn Nghĩa Quân khi nghe lời kêu cứu của họ!

Trong khi đoàn chiến đỉnh giang hành đến đồn đang kêu cứu, Minh tiên liệu trước, và ra lệnh những khẩu đại pháo trên Monitor, Commandement 01 và fom sẵn sàng – hễ địch quân khai hỏa là tất cả hỏa lực của chiến đỉnh đáp trả ngay.

Những khi đạn của hai bên xé không gian và đạn của địch rơi quanh đoàn chiến đỉnh, tôi thấy Minh vẫn trầm tĩnh đứng thẳng – không áo giáp, không nón sắt – gần mũi chiếc Commandement 01 để chỉ điểm và ra lệnh cho đoàn chiến đỉnh phản công. Đối với tôi, hình ảnh đẹp nhất và in đậm nét trong tâm tưởng tôi là mấy chiếc fom hoặc PBR (River Patrol Boat/Giang Tốc Đỉnh) khi Minh là Chỉ Huy Trưởng Liên Giang Đoàn Tuần Thám hoặc Liên Giang Đoàn Ngăn Chận, từ cuối đoàn chiến đỉnh, rẽ nước, vượt nhanh lên, vừa lướt "vèo vèo" trên mặt sông vừa thi hành khẩu lệnh của Minh: *"Cho 'gà cồ' của mày 'gáy' hướng 3 giờ"* Hoặc *"Cho 'gà cồ' của mày 'gáy' hướng 10 giờ"*, v. v...

Nhân viên Giang Đoàn 26 thường bảo nhau: *"Đi hành quân tụi mình đừng đứng gần ổng. Mạng ổng lớn, mình đứng gần ổng, đạn 'né' ổng, tụi mình lảnh đủ!"* Tôi không hiểu nhận xét của mấy anh Lính đúng được bao nhiêu phần trăm. Nhưng tại kinh Trèm Trẹm, buổi chiều, Minh rời vùng hành quân, giao đơn vị cho Chỉ Huy Phó là Đại Úy Trần Kim Hoàn thì tối đó chiếc Commandement 01 bị người nhái Việt cộng gài mìn, nổ, chìm, mang vào lòng sông những người Lính đã từng sống chết với Minh!

Nhận được tin chiếc Commandement 01 bị chìm, Minh tức tốc trở lại vùng hành quân bằng đường bộ.

Vài hôm sau, tôi thấy Người Nhái Hải-Quân lặn xuống, vớt lên những xác người đã phồng to, căn cứng trong quân phục Hải-Quân! Tôi khóc! Và tôi thấy Minh mím môi, nét mặt của Minh đanh lại và ánh mắt của Minh trông hoang vắng lạ thường!

Thời gian Giang Đoàn 26 Xung Phong được lệnh chuyển vùng hành quân về quận Gò Quau, Chương Thiện, tôi phải trở về Saigon lo việc gia đình. Minh điện thoại cho tôi hay rằng Minh đã gặp Thiếu Tá Phép – Quận Trưởng quận Gò Quau – và Phó Quận Hành Chánh mà tôi không nhớ tên. Khi nói chuyện, ông Phó Quận Hành Chánh hỏi Minh rằng có phải tên thật của Điệp

Mỹ Linh là Thanh Điệp hay không? Nếu đúng thì ngày trước ông Phó Quận Hành Chánh cùng học với tôi tại trường trung học Võ Tánh Nha Trang và ông Phó Quận Hành Chánh biết tôi chơi đàn Accordéon. Vậy là hai ông yêu cầu Minh bảo tôi đem Accordéon theo khi tôi trở lại vùng hành quân để chung vui với dân làng và mọi người trong dịp Tết.

Chiều 30 Tết, dân làng tề tựu tại vuôn sân rộng ngay trước Quận Đường để thưởng thức văn nghệ "cây nhà lá vườn" thì Việt cộng pháo kích ào ạt! Mọi người chạy tán loạn. Kẻ chạy về làng, người trở về vị trí phòng thủ, kẻ trở ra giang đỉnh. Minh cho lệnh đoàn giang đỉnh phân tán mỏng để tránh tổn thất và cũng để tìm vị trí của địch mà phản công.

Khi bị hỏa lực hùng hậu của Giang Đoàn 26 phản pháo, Việt cộng ngưng pháo kích để khỏi lộ mục tiêu.

Lúc giang hành trở lại văn phòng quận Gò Quau, Minh hỏi các chiến đỉnh xem "Thủy Thủ không số quân" đang ở trên chiếc nào? Không ai thấy tôi cả! Thấy Minh có vẻ lo, anh truyền tin pha trò để Minh cười cho vui: *"Chắc Thủy Thủ của Chỉ Huy Trưởng...đào ngũ rồi!"* Minh cười gượng: *"Mẹ, Bả mà đào ngũ, ai nuôi con tao, mày!"* Rồi Minh liên lạc vô tuyến với Thiếu Tá Phép để hỏi về tổn thất nhân mạng và cũng để tìm tôi. Thiếu Tá Phép cho biết "tụi nó pháo trật lất" và "Thủy Thủ không số quân" bình yên, đang ngồi trên nền xi-măng vì không nỡ bỏ cây đàn Accordéon!

Sự việc kể trên cho thấy, khi đụng trận, Minh lo cho đơn vị và thuộc cấp trước!

Trong thời gian hành quân dài hạn tại Kinh Ngang để yểm trợ cho Sư Đoàn 21 Bộ Binh, Giang Đoàn 26

Xung Phong thường bị phục kích từ hai bên bờ sông. Mỗi khi bị phục kích, Giang Đoàn vừa bắn trả vừa ủi thẳng vào nơi xuất phát tiếng súng của địch quân. Trước hỏa lực như vũ bão của Giang Đoàn, địch quân đành "chém vè". Những cuộc đụng độ này tuy không lớn như những cuộc chạm súng tại kinh Trèm Trẹm, Neak Loeung – biên giới Miên Việt – hoặc xã Hộ Phòng, quận Gia Rai, Bạc Liêu (3) nhưng an ninh vùng Kinh Ngang được bảo đảm tối đa. Tư Lệnh Sư Đoàn 21 Bộ Binh – Chuẩn Tướng Nguyễn Vĩnh Nghi – rất hài lòng.

Một buổi trưa, cũng tại King Ngang, tin từ Sư Đoàn 21 Bộ Binh cho Minh biết, tối đó, Sư Đoàn 21 sẽ làm lễ mừng Chuẩn Tướng Nguyễn Vĩnh Nghi được vinh thăng Thiếu Tướng. Ban tổ chức mời Minh, vài sĩ quan và tôi đến tham dự.

Tối đó, khi được yêu cầu một tiết mục văn nghệ, tôi hát tình khúc Only You; vì tôi biết, nếu hát nhạc Việt, không thể nào tôi "qua mặt" được những ca sĩ nhà nghề như Elvis Phương, Giao Linh, Thanh Tuyền, Phương Dung, v. v… đang giúp vui hôm đó.

Sáng sớm hôm sau, trên đường trở lại vùng hành quân, Minh được tin một chiếc LCM (Langding Craft Mechanized – Quân Vận Đỉnh) của Giang Đoàn 26 vừa trúng thủy lôi, chìm! Minh bảo tài xế tăng tốc độ tối đa và Minh chỉ thị cặp fom đón Minh tại một bờ sông mà tôi không nhớ tên!

Trong khi cặp fom đưa trở lại vùng hành quân, tôi cũng thấy Minh mím môi, nét mặt đanh lại và ánh mắt của Minh cũng hoang vắn lạ thường!

Tôi không nhớ khi chiếc Commandement 01 và chiếc LCM bị chìm, Minh có ra lệnh cho toàn nhân viên

Giang Đoàn 26 Xung Phong cạo đầu hay không. Nhưng tôi nhớ, mỗi khi "quá giang" các giang đoàn khác để vào vùng hành quân của Giang Đoàn 26, tôi – dù đang mặc quân phục Thủy Thủ – cũng "bị" Chỉ Huy Trưởng hoặc Thuyền Trưởng của đơn vị đó bắt ngồi bên trong chiến đỉnh.

Đến vùng hành quân, sau khi từ chiến đỉnh của Giang Đoàn bạn bước sang chiến đỉnh của Giang Đoàn 26, nếu thấy Minh, tôi đứng nghiêm, đưa tay chào: *"Thủy Thủ không số quân Điệp Mỹ Linh 'trình diện' Chỉ Huy Trưởng!"* Minh cười lớn, nói với bất cứ quân nhân nào thấy cảnh này: *"Bả trình diện tao! Mày thấy tao 'ngon' không, mày?"* Rồi mọi người cười vang.

Những kỷ niệm về sự "trình diện" của "Thủy Thủ không số quân" tưởng đã chìm sâu trong quá khứ; vì tôi hoàn toàn không nhớ được. Nhưng, trong tang lễ của Minh, khi các cựu quân nhân thuộc Hội Hải-Quân Houston, mặc quân phục đại lễ, đến chào tiễn biệt Minh và trao lá cờ Việt-Nam Cộng Hòa cho tôi thì những kỷ niệm xưa cuồn cuộn dâng trào trong hồn tôi! Tôi khóc nhiều và nhận ra những kỷ niệm đó tươi đẹp, trắng xóa và sôi nổi không khác chi những lượn sóng do những chiếc fom hoặc PBR rẽ nước, lướt "vèo vèo" trên những dòng sông xưa, tạo nên.

Vì hồn tôi đang dậy sóng, cho nên, khi cảm tạ Hội Hải-Quân Houston và quan khách, tôi đã quá xúc động, đứng nghiêm trước di ảnh của Minh và tức tửi lập lại câu nói xưa – chỉ thay đổi động từ: *"Thủy Thủ không số quân Điệp Mỹ Linh xin chào vĩnh biệt Chỉ Huy Trưởng Hồ Quang Minh!"* Sau đó, anh Võ Công Mạnh, cựu sĩ quan thuộc Giang Đoàn 30 Xung Phong nói với tôi: *"Thấy chị chào vĩnh biệt Ổng, tôi khóc!"* Anh Lưu Đức Huyến, trong Hội Hải-Quân Houston, cũng bảo: *"Thấy chị chào ảnh anh Minh, tôi chịu không được! Tôi muốn khóc!"*

Tôi nhìn Minh ở khía cạnh tốt đẹp nhất của một sĩ quan tác chiến. Dù Minh có khuyết điểm – đã là người, ai không có khuyết điểm – thì những khuyết điểm đó, xin quý vị nam giới cũng nên tự hỏi, đã có vị nào, dù ít hay nhiều, không vướng phải?

Điều quan trọng nhất là: Khi nước nhà nguy biến, Quân Lực cần những sĩ quan gan dạ, liều lĩnh, mưu lược và biết quý trọng mạng sống của thuộc cấp – như Hải-Quân Trung Tá Hồ Quang Minh – để chỉ huy chứ Quân Lực không cần và cũng không muốn đưa những nhà hiền triết hoặc tu sĩ ra chiến trận!

Viết đến đây, lòng tôi không còn những rung động lãng mạn như thời mới lớn để ru hồn bằng thơ của Hàn Mạc Tử:

Người đi một nửa hồn tôi mất,
Một nửa hồn tôi bỗng dại khờ!

Nhưng, kể từ hôm Minh qua đời đến nay, lúc nào trong tâm thức tôi cũng văng vẳng tiếng hát xưa: *"… Về đâu, tâm hồn này bềnh bồng. Về đâu, thân này mòn mỏi trông! Về sau và nhiều năm sau nữa, có buồn nhưng sẽ không bao giờ bằng hôm nay!..."* (4)

1.- Quân Sử Việt-Nam/Hội Sử Học Âu Châu
2.- Điếu Văn do anh Nguyễn Công An, cựu quân nhân Giang Đoàn 30, đọc 3.- Những trận đụng độ này Đ.M.L. đã viết rồi; xin miễn lập lại trong bài này.
4.- Bài Không Tên Số 8 của Vũ Thành An.

Nguyên Đề Đốc
Tư Lệnh Hải Quân V.N.C.H.
TRẦN VĂN CHƠN

Tháng Năm, 2015, tôi sang California tham dự Đại Hội Cựu Sinh Viên Sĩ Quan Hải Quân. Trong dịp này, tôi được gặp lại và thăm hỏi nhiều vị Cựu Chỉ Huy và rất nhiều bạn hữu của Minh. Vài người bạn hỏi tôi: *"Minh chết rồi mà tại sao chị còn 'thương' Hải Quân quá vậy?"* Tôi chỉ cười, không biết phải đáp như thế nào!

Khi cuộc vui tàn, trở về phòng tại khách sạn và suy nghĩ về câu hỏi của bạn hữu, tôi mới nhớ rằng: Tình cảm của tôi dành cho Hải Quân không phải chỉ vì Bố của các con tôi – Cố Hải Quân Trung Tá Hồ Quang Minh – là Hải Quân; mà mối tình cảm thánh thiện này được khơi động từ hơn nửa thế kỷ trước, trong vùng không gian lộng gió của bờ biển Nha Trang cùng âm vang của sóng gào hòa với những bản hùng ca do ban Quân Nhạc Hải Quân hòa tấu và cũng từ những bộ quân phục tiểu lễ của Hải Quân.

Thật vậy, để minh chứng, tôi xin được trích một đoạn ngắn từ Tùy Bút Tưởng Như Trở Về của Điệp Mỹ Linh, được viết vào khoảng cuối thập niên 70 hay là đầu thập niên 80 của thế kỷ 20, trong tập truyện Tưởng Như Trở Về: *"… Cạnh những hàng thông này, dạo vừa cùng gia đình từ Dalat dời về Nha-Trang, mỗi chiều chủ nhật, tôi thích đến để nghe ban nhạc 'Kèn Đồng' – quân nhạc – của Hải-Quân hòa nhạc.*

Thỉnh thoảng khán giả cũng 'nổi máu nghệ sĩ', tình nguyện hát một bản. Lúc ấy tôi chỉ hơn mười tuổi. Nhưng khi nghe một người hát ca khúc Viễn-Du tôi vẫn hiểu bản ấy không nên hát với ban nhạc 'Kèn Đồng' và trong khung cảnh này. Tuy vậy, lời ca, tiếng nhạc cũng dẫn dắt hồn tôi đi thật xa. Nhìn trời lồng lộng, nhìn biển mênh mông và nhìn quân phục tiểu lễ trắng của nhạc công, tôi thích. Tôi buồn. Và tôi ước mơ…"

Sự vui thích, nỗi buồn không duyên cớ cũng như niềm ước mơ xa vời của đứa bé gái sắp bước vào tuổi "dậy thì" cứ sống mãi trong tôi. Đó là nguyên nhân xa và cũng là nguyên nhân gần làm cho ngòi bút của tôi lúc nào cũng muốn gửi đến độc giả những nét đẹp, nét lịch lãm cũng như lòng quả cảm và sự hào hùng của Hải Quân Việt Nam Cộng Hòa (V.N.C.H.)

Đối với tôi, Hải Quân V.N.C.H. – từ thủy thủ cho đến sĩ quan – đa số đều có những đặc tính rất khác lạ, rất đáng yêu và đôi khi đem nhiều đau khổ đến cho những "chiếc neo cũ kỷ" nơi "bến nhà"!

Những đặc tính khác lạ của Hải Quân là:

Khi chơi thì chơi hết mình. Điều này có lẽ ít ai, dù là trong hoặc ngoài gia đình Hải Quân, có thể phủ nhận được.

Khi yêu thì lãng mạn không ai bằng. Vâng! Mỗi khi "chàng" làm điều chi mà thấy "nàng" thoáng buồn hoặc có vẻ giận, "chàng" chỉ cần "mượn" lời ca bài Hoa Biển của Anh Thy để "ngân nga" nho nhỏ: *"...Em ơi! Giận hờn, xin như hoa sóng tan trong đại dương..."* hay là "chàng" hát nho nhỏ một đoạn trong tình khúc Xin Còn Gọi Tên Nhau của Trường Sa *"... Lời nào gian giối cũng xin qua rồi. Để lỡ ngày sau khi ta cần nhau, còn đôi chút êm vui ngày đầu, cho mình mãi gọi thầm tên nhau..."* thì không một phụ nữ nào có thể không nguôi buồn và không hết giận!

Khi thi hành công vụ thì nghiêm chỉnh và luôn luôn nêu cao truyền thống. Điều này được tất cả quân nhân các cấp Hải Quân thể hiện một cách tuyệt vời trong suốt thời gian di tản quân bạn và đồng bào từ Vùng I và Vùng II Duyên Hải vào Saigon, tháng 3 năm 1975; và suốt cuộc hải trình từ Saigon ra Côn Sơn rồi từ Côn Sơn đến Guam vào cuối tháng 4 và đầu tháng 5 năm 1975.

Khi đụng trận thì tinh thần dũng cảm của quân nhân Hải Quân cũng không thua bất cứ một binh chủng thiện chiến nào của Quân Lực V.N.C.H. Thật vậy! Nếu Thủy Quân Lục Chiến, Nhảy Dù, Biệt Động Quân, Bộ Binh, v.v… có những trận đụng độ ác liệt với Việt Cộng tại Cổ Thành Quảng Trị, Tử Thủ An Lộc, Khê Sanh, Đồng Xoài, Pleime, Căn Cứ Tống Lê Chân, v.v… thì Hải Quân cũng đã góp công không nhỏ trong những hải vụ tiếp cứu và hành quân hỗn hợp với Bộ Binh và Địa Phương Quân để giữ an ninh cho Vùng III và Vùng

IV Sông Ngòi suốt cuộc chiến. Đến tháng 3 và tháng 4 năm 1975, máu lửa ngập trời trên Đường Số 7, do cuộc rút quân khỏi vùng Cao Nguyên và các cuộc lui binh dọc miền Duyên Hải thì tình hình chiến sự tại vùng III và Vùng IV Sông Ngòi vẫn "yên như bàn thạch"! Không một vị Tư Lệnh Vùng III và Vùng IV Sông Ngòi nào có thể phủ nhận vai trò quan trọng của Hải Quân trong sự bình yên tại Vùng III và Vùng IV Chiến Thuật!

Về những trận chiến dọc miền Duyên Hải – ngoài chiến thắng phá hủy mật khu Vũng Rô và Duyên Đoàn 26 ở Bình Ba, dưới sự chỉ huy của Hải Quân Trung Úy Hồ Quang Minh – Hải Quân V.N.C.H. bắt được 2 ghe lớn của Trung Cộng giả ghe đánh cá, nhưng dưới lườn ghe toàn là vũ khí hạng nặng; và những đụng độ dữ dội với Bắc quân trong những trận sau đây:

- Cửa Tiểu ngày 8/1/1966

- Cửa Bồ Đề ngày 10/5/1966

- Ba Động ngày 20/6/1966

- Bồ Đề lần thứ hai ngày 1/1/1967

- Mũi Ba Làng An (Batangan) ngày 14/3/1967

- Sa Kỳ ngày 15/7/1967

- Đức Phổ ngày 1/3/1967

- Hòn Hèo gần Nha Trang ngày 1/3/1968

- Cửa Việt ngày 1/3/1968

- Bồ Đề lần thứ ba ngày 1/3/1968

- Cửa Cung Hầu ngày 22/11/1970

- Gành Hào ngày 12/4/1971

- Trận đụng độ cuối cùng là ngày 24/4/1972 khi HQ 4 đánh chìm tàu địch, tại vùng biển Phú Quốc. (1)

Nếu đã đề cập đến những trận đụng độ lớn với cộng sản Việt Nam (csVN) dọc bờ biển Nam Việt Nam mà không đề cập đến trận thư hùng giữa Hải Quân V.N.C.H. với "bậc thầy" của Việt cộng – là Hải Quân Trung cộng – thì bài viết này sẽ phạm một lỗi lớn !

Tôi muốn đề cập đến Trận Hải Chiến Hoàng Sa mà nhiều ngòi bút Hải Quân Việt Nam và Tây Phương đã tường trình, bình luận và phân tích.

Một trong những bài bình luận về trận hải chiến Hoàng Sa đã tạo nhiều tranh cãi và phản biện là bài của nhà báo chuyên nghiệp Bill Hayton; vì tính cách thiên vị và không được kiểm chứng tường tận của Bill Hayton.

Kính mời quý độc giả vào *link* dưới đây để đọc bài Điệp Mỹ Linh phản bác bài viết của nhà báo Bill Hayton về những nhận xét thiếu trung thực của Ông đối với trận Hải Chiến Hoàng Sa cũng như đối với Người Lính V.N.C.H. – nói chung – và Hải Quân V.N.C.H., nói riêng: http://www.diepmylinh.com/gop-y-voi-bill-hayton

Trận Hải Chiến Hoàng Sa được đặt dưới quyền chỉ huy trực tiếp của Tư Lệnh Vùng I Duyên Hải – Phó Đề Đốc Hồ Văn Kỳ Thoại – với sự yểm trợ của Tư Lệnh Hải Quân Trần Văn Chơn.

Tôi được hân hạnh quen biết Cựu Phó Đề Đốc Thoại; vì Minh đã phục vụ tại vài đơn vị dưới sự chỉ huy của Cựu Phó Đề Đốc Thoại khi Ông còn là Trung Tá Chỉ Huy Trưởng Duyên Khu II. Về sau, theo đà lớn mạnh của Hải Quân, Duyên Khu II được đổi thành Vùng II Duyên Hải.

Và tôi được hân hạnh gặp Cựu Đề Đốc Trần Văn

Chơn, lúc Ông còn là Hải Quân Đại Tá, vào dịp Giang Đoàn 30 Xung Phong – dưới sự chỉ huy của Hải Quân Đại Úy Hồ Quang Minh – tổ chức tiệc khao quân mừng chiến thắng Tam Giác Sắt.

Bữa tiệc khao quân được tổ chức rất trang trọng tại Câu Lạc Bộ Nổi của Hải Quân. Minh bảo tôi phải góp vui với nhân viên Giang Đoàn 30. Tôi độc tấu Accordéon bài luân vũ Le Beau Danube Bleu của John Strauss.

Sau khi đàn xong, tôi chưa kịp mang lại đôi găng tay, Minh đến, bảo tôi phải "trình diện" Tư Lệnh Trần Văn Chơn!

Thấy Minh và tôi bước đến bàn, Tư Lệnh Trần Văn Chơn đứng lên. Thái độ lịch sự của Tư Lệnh chinh phục ngay lòng quý mến của tôi. Minh đứng nghiêm, đưa tay phải lên, chào. Sau khi Minh giới thiệu tôi, tôi cúi chào Tư Lệnh với tất cả sự kính trọng. Tư Lệnh Trần Văn Chơn hỏi thăm tôi và các con tôi, rồi, thật bất ngờ, Ông xoay sang, *"dũa"* Minh: *"Chú mày có vợ đẹp, con ngoan, vợ có tài thì chú mày lo tu tỉnh đi, nghe chưa?"* Minh đứng "thẳng băng", không dám "nhúc nhích"!

Trên đây là một kỷ niệm khó quên. Nhưng kỷ niệm khiến Minh và tôi cảm động nhất lại là, năm 1995, sau khi được cộng sản Việt Nam trả tự do, Cựu Đề Đốc Trần Văn Chơn đến Mỹ, Hội Hải Quân tại Houston mời Ông đến viếng Houston. Ban Tổ Chức hỏi Cựu Đề Đốc Chơn, thời gian ở Houston, Ông muốn ngụ tại khách sạn hay là muốn ngụ lại nhà ai? Cựu Đề Đốc Chơn đáp, muốn ở lại nhà Hồ Quang Minh.

Thời gian Cựu Đề Đốc Chơn ngụ tại nhà tôi, mỗi ngày Hội Hải Quân nhờ người đưa đón Ông đi chơi khắp nơi trong thành phố Houston; vì Minh và tôi phải đi làm.

Minh bảo tôi tổ chức một bữa tiệc vào cuối tuần để Cựu Đề Đốc Chơn mời những người bạn thâm giao của Ông; Minh và tôi cũng được dịp mời bạn hữu của chúng tôi.

Để chuẩn bị cho bữa tiệc nơi *deck*, ngoài sân sau, Minh lo don dẹp và tôi lo nấu ăn. Cựu Đề Đốc Chơn từ trên lầu đi xuống, thấy tôi đang xắt lạp xưởng, Ông cười, kể cho Minh và tôi nghe về những ngày Ông ở tù cộng sản.

Cựu Đề Đốc Chơn kể, lần đầu tiên được Phu Nhân thăm nuôi, Ông thấy Bà đem cho Ông mấy cặp lạp xưởng. Tên quản giáo lục xét giỏ thức ăn từ tay Bà rồi quát : *"Đem nến làm gì mà đem lắm thế ? Ở đây có đèn chứ không hay sao mà đem nến?"* Minh và tôi cười. Cựu Đề Đốc Chơn bảo: *"Đừng! Đừng cười! Người ta dốt nát, nghèo khổ, không biết món ăn, nên thương hại người ta. Đừng cười!"*

Từ chi tiết này, tôi nhận thấy, cựu Tư Lệnh Trần Văn Chơn là một Võ Tướng nhưng Ông lại có tâm hồn cao thượng và lòng độ lượng hơn cả vài Thiền Sư và Linh Mục!

Và lý do tôi viết về cựu Tư Lệnh Trần Văn Chơn chính là sự cao thượng và lòng bao dung của Ông.

Sau khi tìm hiểu, tôi được biết: Năm 1938, ông Trần Văn Chơn nhập học khóa Cơ Khí Hàng Hải thuộc Trường Ecole Rosel – sau đổi tên là Ecole Technique Speciale; rồi lại đổi thành Trường Kỹ Thuật. Năm 1941, Ông tốt nghiệp bằng Kỹ Thuật và tiếp tục học khóa Vô Tuyến Truyền Tin Hàng Hải. Năm 1942 Ông tốt nghiệp khóa Vô Tuyến Truyền Tin Hàng Hải và hành nghề sĩ quan trên các thương thuyền.

Năm 1948, ông Trần Văn Chơn theo học khóa Hàng

Hải, thuộc Trường Kỹ Thuật cùng với ông Nguyễn Văn Thiệu, ông Lâm Ngươn Tánh và ông Chung Tấn Cang. Sau khi tốt nghiệp bằng Thuyền Trưởng, ông Nguyễn Văn Thiệu ghi danh vào khóa đầu tiên tại Trường Võ Bị Huế – tiền thân của Trường Võ Bị Dalat – và sau này ông Nguyễn Văn Thiệu trở thành Tổng Thống V.N.C.H.. Ông Lâm Ngươn Tánh, ông Chung Tấn Cang và ông Trần Văn Chơn hành nghề Hàng Hải Thương Thuyền.

Sau nhiều năm phục vụ trên các thương thuyền, ông Trần Văn Chơn cùng ông Chung Tấn Cang và ông Lâm Ngươn Tánh được tuyển vào khóa I sĩ quan Hải Quân Nha Trang. Vì Trường xây cất chưa xong cho nên sinh viên khóa I – gồm 9 người – phải tạm trú và học hành trên Hàng Không Mẫu Hạm Arromanches của Hải Quân Pháp.

Ông Trần Văn Chơn đỗ thủ khoa khóa I sĩ quan Hải Quân Nha Trang. Ông là sĩ quan Hải Quân Việt Nam đầu tiên được du học và tốt nghiệp trường Hải Chiến Hoa Kỳ (Naval War College) ở Newport, Rhode Island.

Trong thời gian là Tư Lệnh Hải Quân, Đề Đốc Trần Văn Chơn đã có sáng kiến và đôn đốc việc xây Tượng Đài Đức Thánh Tổ Trần Hưng Đạo tại bến Bạch Đằng, Saigon. Công trình xây dựng Tượng Thánh Tổ cũng được sự yểm trợ của Hội Thánh Trần Hưng Đạo. Tượng do điêu khắc gia Pham Thông thiết kế và thực hiện. (2)

Tháng Tư năm 1975, vì lòng hiếu đạo đối với Cha Mẹ, Cựu Đề Đốc Trần Văn Chơn đã không di tản – dù Ông đã được Hoa Kỳ thông báo là sẽ cấp phương tiện hàng không để Ông cùng gia đình ra đi. Không bao giờ Ông ân hận, mà ngược lại, Ông rất vui lòng về quyết định không di tản để thể hiện lòng hiếu thảo của Ông đối với Song Thân; dù sau đó Ông bị Cộng Sản Việt Nam cầm tù gần 13 năm!

Sau khi mãn tù Cộng Sản, Ông định cư tại Mỹ, California. Để trau dồi kiến thức, Ông trở lại học đường với số tuổi ngoài 70! Ông tốt nghiệp ngành Interdisciplinary Studies tại San Jose/Evergreen Community College và chuyển qua San Jose State University, học về Political Science.

Ngoài ra, Ông cũng tham dự hầu như tất cả mọi sinh hoạt trong cộng đồng và các hội đoàn Quân, Cán, Chính thuộc Thành phố San Jose và Quận Santa Clara.

Năm 2014, Ông được bà Cindy Chavez – Supervisor of Santa Clara County – trao tặng Certificate of Recommendation.

Năm 2015, Ông nhận được Certificate of Special Congressional Recognition của U.S. House of Representatives do bà Zoe Lofgren trao tặng.

Ông là Cựu Tư Lệnh Hải Quân V.N.C.H. được Hải Quân Hoa Kỳ mời tham dự buổi lễ đặt tên cho Khu Trục Hạm tối tân USS Zumwalt, ngày 19 tháng 10 năm 2013, tại Bath Iron Work, tiểu bang Maine.

Khu trục hạm Zumwalt (DDG - 1000) do Tư Lệnh Hải Quân thứ 19 của Hải Quân Hoa Kỳ – Đô Đốc Elmo Zumwalt – thiết kế. Đô Đốc Elmo Zumwalt nguyên là cố vấn của Tư Lệnh Hải Quân Trần Văn Chơn trong thời kỳ chiến tranh Việt Nam. (3)

Được biết Cựu Tư Lệnh Trần Văn Chơn là một trong những thành viên danh dự trong BOARD OF ADVISORS – gồm những nhân vật nổi tiếng như Bộ Trưởng Hải Quân William le Ball III, Đô Đốc Tư Lệnh Hải Quân Hoa Kỳ Gary Roughead, T.N.S. John S. Mc-

Cain III, v.v... – của Tuần Dương Hạm tối tân và tốn kém nhất thế kỷ USS Zumwalt DDG 1000, lấy tên của người bạn chí thân của ông, sau này là Tư Lệnh Hải Quân Hoa Kỳ, đã giúp ông thiết kế một hạm đội H.Q.V.N. đứng hàng thứ 9 trên thế giới.

(RADM Tran Van Chon met Adm. Zumwalt in 1968 when Zumwalt was sent to Saigon to take over as commander of U.S. naval forces in Vietnam. Chon was his South Vietnamese counterpart, and the two formed a bond. He credits ADM Zumwalt with gaining his release from a communist "reeducation" camp where he was held for 12 years after the end of the Vietnam War.) (4)

http://www.usszumwalt.org/#!committee-and-board-of-advisors/puz9w

Cựu Đề Đốc Trần Văn Chơn và người bạn cùng khóa I sĩ quan Hải Quân – Cố Đô Đốc Chung Tấn Cang – là 2 vị sĩ quan được bổ nhiệm vào chức vụ Tư Lệnh Hải Quân hai lần. Trong thời gian tại chức, cả hai vị Tư Lệnh Hải Quân Trần Văn Chơn và Tư Lệnh Hải Quân Chung Tấn Cang, mỗi vị đều lưu dấu rất đặc biệt vào Quân Sử Hải Quân V.N.C.H. cũng như lịch sử Việt Nam cận đại.

Đó là Trận Hải Chiến Hoàng Sa, xảy ra khi Đề Đốc Trần Văn Chơn là Tư Lệnh Hải Quân; và Hải Quân V. N. C. H. Ra Khơi, 1975 do quyết định thức thời, sáng suốt cũng như sự đôn đốc của Phó Đô Đốc Tư Lệnh Hải Quân Chung Tấn Cang. (5)

Xin trở lại với Đề Đốc Trần Văn Chơn và Trận Hải Chiến Hoàng Sa.

Trong khi những biến động đang xảy ra tại Vùng I Duyên Hải và Hoàng Sa thì Hải Quân Đại Tá Nguyễn Văn Thiện – Chỉ Huy Trưởng Hải Đội II Chuyển Vận

– đang trợ giúp Hạm Trưởng Hải Vận Hạm Hậu Giang, HQ 406, để xem xét, điều động việc sửa chữa hầm nước phía trước của HQ 406, do giông gió lớn đẩy HQ 406, làm bể lườn chiến hạm khi chiến hạm đang đổ quân cụ tại Chutt, Nha Trang.

Đang thực hiện công tác cứu chiến hạm HQ 406, Đại Tá Thiện được Hải Quân Đại Tá Lê Hữu Dõng – Tư Lệnh Phó Vùng II Duyên Hải – thông báo rằng có công điện gọi Đại Tá Thiện ra Đà Nẵng để trình diện Tư Lệnh Hải Quân Trần Văn Chơn. Nhưng, vì tìm không được phương tiện đi Đà Nẵng, Đại Tá Thiện bay về Saigon trình diện Phó Đề Đốc Diệp Quang Thủy – Tham Mưu Trưởng Hải Quân – rồi nhận sự vụ lệnh đi Đà Nẵng. (6)

Ngày 17/1/74 Đề Đốc Lâm Ngươn Tánh – Tư Lệnh Phó Hải Quân – đi Đà Nẵng, Vùng I Duyên Hải, về vấn đề Hoàng Sa.

Đề Đốc Tư Lệnh Hải Quân Trần Văn Chơn cũng chuẩn bị đi Đà Nẵng; vì tình hình quân sự tại Hoàng Sa đang sôi động! Nhưng, Ông nhận được điện thoại từ Hải Quân Đại Tá Trần Thanh Điền – tùy viên của Tổng Thống Nguyễn Văn Thiệu – thông báo rằng Thống Thống Thiệu muốn gặp Đề Đốc Chơn vào sáng hôm sau tại Dalat.

Đề Đốc Trần Văn Chơn dời chuyến đi Đà Nẵng lại để sáng hôm sau Ông có mặt tại Dalat, tham dự Lễ Mãn Khóa 26 Võ Bị Quốc Gia Việt Nam với Tổng Thống Nguyễn Văn Thiệu.

Ngày 18/1/1974 Tại Dalat, nơi Vũ Đình Trường Lê Lợi Trường Võ Bị Quốc Gia Việt Nam, trước sự chủ tọa của Tổng Thống V.N.C.H. Nguyễn Văn Thiệu và các quan khách, 175 sinh viên sĩ quan khóa 26 – khóa

Nguyễn Viết Thanh – đã tuyên thệ để trở thành tân sĩ quan hiện dịch; 22 tân Thiếu Úy về phục vụ Hải Quân; 15 tân sĩ quan về Không Quân; số sĩ quan còn lại được phân phối đến các binh chủng và sư đoàn. (7)

Sau lễ mãn khóa 26 tại Trường Võ Bị, Đề Đốc Trần Văn Chơn trở về Saigon.

Sáng 19/1/74 Đề Đốc Trần Văn Chơn đi Đà Nẵng.

Trận Hải Chiến tại Hoàng Sa kéo dài – khoảng 30 phút – trong thời gian phi cơ đang đưa Đề Đốc Trần Văn Chơn từ Saigon đến Đà Nẵng!

Khi phi cơ đưa Đề Đốc Chơn và đoàn tùy tùng, gồm có Hải Quân Đại Tá Võ Sum, Hải Quân Đại Tá Nguyễn Ngọc Quỳnh, Hải Quân Thiếu Tá Văn Trung Quân – tùy viên của Đề Đốc Chơn – và Trung Sĩ Trương Sở Phước cùng vài hạ sĩ quan và binh sĩ Hải Quân đến phi trường Đà Nẵng thì Trận Hải Chiến Hoàng Sa đã kết thúc!

Đón Tư Lệnh Trần Văn Chơn tại phi trường Đà Nẵng có Đề Đốc Tánh và Phó Đề Đốc Thoại.

Sau khi đưa Đề Đốc Chơn đến Căn Cứ Hải Quân Đà Nẵng, Phó Đề Đốc Thoại thuyết trình về trận chiến và trình với Đề Đốc Chơn rằng chính Phó Đề Đốc Thoại và Hải Quân Đại Tá Hà Văn Ngạc quyết định tấn công trước để tránh thiệt hại.(8)

Đề Đốc Chơn chỉ thị Phó Đề Đốc Thoại ra lệnh cho các chiến hạm và chiến đỉnh đang hoạt động ngoài biển cố gắng tìm kiếm và cấp cứu những chiếc bè đã rời khỏi Trợ Chiến Hạm Nhựt Tảo, HQ10.

Hai mươi ba quân nhân Hải Quân Việt Nam trôi dạt trên bè được tàu dầu của hãng Shell, Hòa Lan vớt.

Ngày 20/1/1974 Khoảng 7 hoặc 8 giờ sáng, Tuần Dương Hạm Lý Thường Kiệt, HQ16 – đã bị trúng hải pháo của Trung Cộng tại Hoàng Sa – vào vịnh Tiên Sa Đà Nẵng. Nhưng, vì độ nghiêng của chiến hạm vượt quá mứt an toàn, Hạm Trưởng Lê Văn Thự không thể vận chuyển cặp cầu được. Bộ Tư Lệnh Hải Quân Vùng I Duyên Hải phải nhờ tàu dòng của Ty Thương Cảng Đà Nẵng, kẹp ngang hông HQ16 mà cặp cầu quân cảng Đà Nẵng. (9)

Thương binh được đưa đến quân y viện Duy Tân, Đà Nẵng để điều trị.

Đề Đốc Chơn, Đề Đốc Tánh, Phó Đề Đốc Thoại, Đại Tá Thiện, Đại Tá Quỳnh, Hải Quân Trung Tá Huỳnh Duy Thiệp – giám đốc Thương Cảng Đà Nẵng – Thiếu Tá Quân cùng nhiều sĩ quan khác lên chiến hạm Lý Thường Kiệt ngợi khen thủy thủ đoàn và đến quân y viện Duy Tân thăm hỏi và an ủi thương binh.

Ngày 21/1/1974 và 22/1/1974 Đề Đốc Trần Văn Chơn cũng vẫn cùng các sĩ quan tiếp tục thăm viếng và an ủi thương binh – cả Hải Quân, Người Nhái, Địa Phương Quân, Thủy Quân Lục Chiến, v.v…

Ngày 23/1/1974 Đại Tá Trần Thanh Điền điện thoại trình cho Đề Đốc Chơn hay rằng sẽ có buổi họp Tư Lệnh các quân binh chủng vào ngày mai, tại Phan Thiết.

Đề Đốc Tánh và Phó Đề Đốc Thoại tiễn Đề Đốc Chơn, Đại Tá Quỳnh cùng phái đoàn đến tận cửa chiếc Caribou thuộc Phi Hành Đoàn Phi Đoàn 427. Đại Úy Nguyễn Kim là Trưởng phi cơ và Thiếu Úy Tấn là Copilot. (10)

Gần tới không phận Biên Hòa, bất ngờ Thiếu Tá Quân thấy ánh lửa bừng sáng bên cánh phải của phi cơ và nghe tiếng nổ; vì phi cơ kín gió – airtight – cho nên không thể nghe rõ được. Phi cơ rung chuyển, lắc mạnh, chao đảo vài phút rồi lấy lại thế cân bằng, bay tiếp.

Đến không phận Biên Hòa, phi công đáp xuống phi trường Biên Hòa. Sau khi phi cơ dừng tại phi đạo thì máy tắt, không di chuyển được! Phi công từ cửa trên nhìn ra, thấy máy bên phải bị vỡ tung. Phi công cho biết rất may mắn, nhờ dây *cable* lái không bị đứt cho nên phi cơ vẫn còn điều khiển được và đáp an toàn.

Bài viết này chỉ với mục đích nêu lên những sự kiện có thật từ tài liệu và tư liệu của những nhân chứng hiện còn sống để làm sáng tỏ nhiều chi tiết quan trọng mà vài cuốn sách cũng như những bài viết về Trận Hải Chiến Hoàng Sa đã – hoặc cố ý hoặc vô tình – không đề cập đến.

Trong khi truy tìm tài liệu và tư liệu để viết bài này – cũng như suốt thời gian dài phỏng vấn rất nhiều sĩ quan, hạ sĩ quan và thủy thủ để thực hiện cuốn Tài Liệu Lịch Sử Hải Quân V.N.C.H. Ra Khơi, 1975 – tôi được biết rằng quân nhân các cấp thuộc quân chủng Hải Quân V.N.C.H. đều dành cho Cựu Tư Lệnh Hải Quân V.N.C.H. Trần Văn Chơn rất nhiều thiện cảm và lòng quý trọng.

Chú thích:

1.- *Tài liệu của cựu Hải Quân Thiếu Tá Phan Lạc Tiếp*

2.- *Điệp Mỹ Linh phỏng vấn điêu khắc gia Phạm Thông.*

3.- *Vietpress USA*

4.- *Hoangsa Parecel*

5.- *Kính mời quý độc giả xem tài liệu này tại link : http://www.diepmylinh.com/hqvnch-ra-khoi)*

6.- *Tư liệu của cựu Hải Quân Đại Tá Nguyễn Văn Thiện*

7.- *Tư liệu từ cựu Hải Quân Trung Úy Đào Quý Hùng, cựu Đại Úy Biệt Động Quân Nguyễn Phán và cựu Hải Quân Đại Tá Đặng Đình Hiệp.*

8.- *Can Trường Trong Chiến Bại của cựu Phó Đề Đốc Hồ Văn Kỳ Thoại.*

9.- *Tài liệu của ông Lê Văn Thự, cựu Hạm Trưởng HQ16.*

10.- *Tư liệu từ cựu Trung Tá Không Quân Cần và cựu Thiếu Tá Không Quân Đặng Văn Âu.*

11.- *Tư liệu của cựu Hải Quân Thiếu Tá Văn Trung Quân.*

Bạn Lính của Tôi

Để tưởng nhớ cố Hải Quân đại tá Nguyễn Hữu Xuân, cố Hải Quân thiếu tá Nguyễn Dinh, cố phi công Nguyễn Đình Tân, cố phi công Ngô Đắc Phú, cố Biệt Động Quân Lưu Khương Đức, cố phi công Nghị, cố SVSQ/TVBQGVN Võ Ấm và tất cả Bạn Lính của tôi.

Vào lứa tuổi ngoài 70, nhận được tin người bạn nào "ra đi" thì buồn chứ không có gì phải ngạc nhiên. Nhưng, một sáng tháng 08/2018, nhận được email từ cựu phó đề đốc tư lệnh Hải Quân Vùng I Duyên Hải Hồ Văn Kỳ Thoại chuyển tin từ cựu Hải Quân trung tá Nguyễn Mạnh Trí, báo tin cựu tư lệnh phó vùng I Duyên Hải – cựu Hải Quân đại tá Nguyễn Hữu Xuân – vừa từ trần thì tôi lại hoàn toàn ngạc nhiên và "rơi" vào trạng thái chối bỏ/nghi ngờ!

Sau khi emailed cảm ơn cựu đô đốc Thoại, tôi ngồi lặng yên với khối óc gần như trống rỗng! Qua khung cửa sổ trên lầu, sinh hoạt thường ngày của những người già đi bộ/người trẻ đi xe đạp/thiếu phụ đẩy chiếc xe có em bé nằm bên trong, v.v…không còn làm vui mắt tôi như mọi ngày; vì hồn tôi đang cảm nhận được sự mất mát trong tôi. Nhưng cũng chính sự mất mát này lại dẫn dắc hồn tôi lui về một quá khứ quanh co/mịt mờ.

Trong những ngõ ngách quanh co/mịt mờ của kỷ niệm, tôi tưởng như tôi có thể thấy lại hình ảnh cô bé

tóc dài trong ban ca nhạc Bình Minh – chuyên phụ trách
phần văn nghệ cho đài phát thanh Nha Trang, mỗi tuần
hai lần vào tối thứ Năm và tối Chủ Nhật. Danh từ kép
"cô bé tóc dài" là do sinh viên Y Khoa kiêm nhà thơ
Hoàng Việt Sơn/Phụng Hồng đặt cho "cô bé" có tên thật
là Thanh Điệp, trong bài thơ Tiếng Đàn Đêm Trung Thu.
(Mời xem https://www.diepmylinh.com/cung-dan-xua)

Trong những nhạc công và năm giọng ca nữ của ban
Bình Minh, tôi là cô bé nhút nhát và nhỏ tuổi nhất; nhờ
vậy, tôi được các anh chị/cô chú/bác thương mến. Người
thương tôi như em ruột là chị Thúy Minh – tên thật là Đỗ
Minh Tham – cùng học trường Võ Tánh với tôi, nhưng
khác lớp.

Vì Ba tôi là sáng lập viên của ban Bình Minh, cho
nên, hai ngày cuối tuần, ban Bình Minh tập dượt tại nhà
của Ba Má tôi. Trong những lần tập dượt, thỉnh thoảng
tôi thấy vài thanh niên – thuộc nhiều thành phần xã hội –
đi theo các nhạc công hoặc "ca sĩ tài tử" đến nhà Ba Má
tôi để nghe nhạc.

Chiều Hè cuối thập niên 50, đang cùng các bạn học
đạp xe đạp dọc bờ biển, tôi chợt nghe tiếng gọi tên tôi.
Quay sang phía phát ra tiếng gọi, tôi thấy chị Thúy Minh
đang vẫy tay gọi tôi. Đứng cạnh chị Thúy Minh là thầy
Trần Đình Hoàn – giáo sư trường trung học Cường Để
Qui Nhơn và cũng là nhà văn, bút hiệu Trần Nhất Hoan
– vào Nha Trang chấm thi, thường ghé nhà tôi nghe
ban Bình Minh tập dượt. Cạnh thầy Hoàn là một "ông"
mặc quân phục tiểu lễ trắng Hải Quân. Tôi dừng lại, nói
nhanh với nhóm bạn đang đạp xe:

- Mấy bồ đi trước đi; tí nữa mình theo liền.

Chị Thúy Minh và hai thanh niên bước về phía tôi. Tôi khoanh tay, mỉm cười, cúi đầu chào thầy Hoàn. Chị Thúy Minh giới thiệu tôi với "ông" Hải Quân. Tôi thấy trên túi áo của "ông" Hải Quân có bản tên Hồ Quang Minh. Tôi vừa mới khoanh tay, chị Thúy Minh vội cầm tay tôi lại:

- Thanh Điệp lớn rồi chứ nhỏ nhít chi nữa mà gặp ai cũng khoanh tay; cúi đầu chào, được rồi!

Câu nói của chị Thúy Minh làm tôi mắc cở. Tôi tìm cách từ giả ba người. "Ông" Hải Quân chỉ im lặng nhìn tôi trong khi thầy Hoàn bảo:

- Hôm nào anh ghé thăm, Thanh Điệp nhớ đàn cho nghe với, nha!

Cuối tuần, chị Thúy Minh đến nhà tôi với "ông" Minh và vài "ông" Hải Quân khác mà nay tôi chỉ nhớ được hai người là anh Nguyễn Hữu Xuân và anh Nguyễn Văn Nhượng, cùng khóa 9 sinh viên sĩ quan Hải Quân. *(Lý do tôi chỉ nhớ tên anh Xuân và anh Nhượng là vì hai anh đều hiền và thật tình xem tôi như cô em gái cho nên Ba Má tôi rất thương hai anh.)* Sau khi chị Thúy Minh xin phép Ba Má tôi, tôi đàn cho các anh nghe.

Từ đó, mỗi cuối tuần, ngoài vài sinh viên đại học về nghỉ Hè hoặc nghỉ Tết, sinh viên sĩ quan Không Quân thường đến nhà tôi nghe ban Bình Minh tập dượt còn có nhóm sinh viên sĩ quan Hải Quân. Mọi người đều lịch sự/lễ độ/kín đáo cho nên Ba Má tôi và tôi cứ nghĩ các thanh niên này để ý các giọng ca nữ của ban Bình Minh là các chị Thúy Minh/Thanh Hoa/Hoàng Thu và cô Thùy Giang – cô này cũng là xướng ngôn viên của Ban Bình Minh – mà thôi. Tự cho mình còn là "nhóc tì", tôi chẳng bận tâm, chẳng chưng diện gì cả.

Nhưng, càng về sau, sau khi ban Bình Minh tập dượt xong, quý vị khác ra về thì nhóm Hải Quân thường ở lại, nói chuyện thời sự, văn chương với Ba tôi; vì thời điểm đó Ba tôi viết cho báo Đuốc Thiêng và báo Sóng Thần với bút hiệu Điệp Linh. Vào dịp Tết hoặc Hè, nhóm sinh viên đại học cùng ở lại với nhóm Hải Quân để nói chuyện với Ba tôi. Thỉnh thoảng các anh cũng xin phép Ba tôi cho tôi "solo" vài bài để các anh nghe.

Khi lên đệ Tam, tôi chọn ban B – Ban Toán – và được sắp vào lớp Tam B4; chỉ có Đỗ Thị Nghiêng và tôi là nữ sinh. Cả trường Võ Tánh gọi chúng tôi là lớp "Bê Bối"; và chúng tôi rất vui vẻ/hãnh diện tự nhận là học sinh "lớp Bê Bối". Trong các lớp B – ngoài các bạn trai cùng lớp "Bê Bối" – tôi còn có vài người bạn thân ở các lớp B khác mà nay tôi chỉ nhớ được Võ Ấm, về sau vào trường Võ Bị Quốc Gia Dalat; Nguyễn Dinh, về sau gia nhập khóa 13 sĩ quan Hải Quân; Lê Duy Mậu và Hồ Hải về sau thụ huấn khóa sĩ quan Đặc Biệt Hải Quân. Ngoài ra, tôi còn có hai người bạn trai rất thân – gọi tôi bằng "chị" – là Nguyễn Đình Tân B2, về sau gia nhập sĩ quan Không Quân; và Bùi Tiết Quý B3, gia nhập khóa 14 sĩ quan Hải Quân.

Năm tôi lên đệ Nhị, nhóm Hải Quân cho biết Minh sắp mãn khóa. Chị Thúy Minh cho biết anh Nghị Không Quân – sorry, tôi không nhớ anh Nghị họ gì – sắp sang Mỹ học lái máy bay phản lực đáp xuống Hàng Không Mẫu Hạm.

Một hôm Quý đến nhà tôi, thấy Minh – mặc quần áo dân sự vì đã mãn khóa sĩ quan Hải Quân khóa 8 – đang ngồi tại xa-lông. Sau khi giới thiệu hai người, tôi xuống bếp pha nước trà mời khách. Khi trở lên, tôi nghe Minh vừa cười cười vừa nói với Quý:

- Anh là thầy giáo dạy trường làng ở Chutt, gần Trung Tâm Huấn Luyện Hải Quân.

Quý cười vui:

- Ô, thế thì vui quá! Vài năm nữa Quý sẽ gặp anh; vì Quý sẽ vào Hải Quân sau khi đỗ tú tài II.

Tôi tròn mắt, không ngờ Minh có tính bông đùa mà nét mặt cứ tỉnh bơ như thế. Minh nheo mắt, ra dấu cho tôi im lặng. Sau khi Quý từ giã, tôi hỏi:

- Tại sao anh lại nói với Quý như vậy?

- Đùa cho vui. Cuộc đời này chẳng có gì quan trọng đến độ mình không thể đùa.

Tôi lại "ngớ" ra. Minh cười, tiếp:

- Anh đến để chào từ giã Ngoại, hai Bác và Thanh Điệp. Tý nữa anh lên ga đón xe lửa vào Saigon, trình diện Bộ Tư Lệnh để nhận nhiệm sở.

- Anh biết nhiệm sở của anh ở đâu chưa?

- Anh sẽ phục vụ trên giang pháo hạm Long Đạo, HQ 327.

- Hạm trưởng là ai, anh biết không?

- Hải Quân đại úy Vũ Trọng Đệ.

Nhìn đồng hồ tay, Minh tiếp:

- Sắp đến giờ xe lửa khởi hành rồi. Anh đi. Anh đã xin phép hai Bác rồi. Thỉnh thoảng anh gửi thư thăm Thanh Điệp. Bác trai bảo phải gửi qua địa chỉ – Khu Công Chánh – nơi làm việc của Bác trai và Bác trai sẽ kiểm duyệt trước. Thanh Điệp ở lại học giỏi/đàn hay, nha!

Nói xong, Minh xuống nhà sau chào từ giã bà Ngoại và Ba Má tôi.

Chiều thứ Bảy gần Tết, chị Thúy Minh và vài cô bạn đến rũ tôi đi Cầu Đá chơi. Khi đến Cầu Đá, tôi thấy ba chiến hạm đậu sát nhau, cờ và đèn giăng sáng rực. Chúng tôi gặp lại anh sinh viên Y Khoa thường đến nhà thăm tôi. Chị Thúy Minh rũ anh ấy "nhập" vào nhóm của chúng tôi. Không ngờ chị Thúy Minh quen với vài ông Hải Quân trên ba chiến hạm; thế là nhóm chúng tôi được mời xuống thăm và cùng tham dự tiệc cuối năm cùng với thủy thủ đoàn của ba chiến hạm.

Vừa bước lên chiến hạm đậu sát cầu tàu, thấy bác Cổn – trưởng Ty Hải Cảng Nha Trang và cũng là bạn thân của Ba tôi – tôi khoanh hai tay, cúi đầu:

- Dạ, con xin chào Bác.

Sau khi đáp những câu thăm hỏi của bác Cổn, tôi được mời vào bàn tiệc, ngồi cạnh anh sinh viên Y Khoa và đối diện với một vị – mà tôi được giới thiệu là Hạm Phó. Trong khi dùng tiệc, mọi người đều góp vui bằng khả năng "tài tử" của mình.

Sáng chủ nhật, tôi rất ngạc nhiên khi thấy bác Cổn đưa vị Hạm Phó đến nhà tôi. Tôi chỉ bưng nước trà lên mời khách chứ không được biết nội dung cuộc thăm viếng bất ngờ đó. Khi quay lưng rời phòng khách một đoạn ngắn, tôi nghe loáng thoáng tiếng Ba tôi – dường như đang nói với bác Cổn:

- "Moi" cảm ơn "toa". Nhưng "toa" biết, cháu nó còn khờ lắm. Khoan đã, để cháu nó đi học.

Vài tuần sau, trong lúc Ba tôi bận chi đó, nhóm Hải Quân hỏi tôi có phải hôm trước tôi xuống dự tiệc trên ba chiến hạm ở Cầu Đá hay không? Tôi xác nhận. Một anh hỏi:

- Thanh Điệp có nghe gì về anh Hồ Quang Minh không?

- Dạ không.

Anh khác hỏi:

- Thanh Điệp có nghe ai nói anh Minh xách súng đi tìm ông Hạm Phó hôm trước tới nhà Thanh Điệp với ông Trưởng Ty Hải Cảng Nha Trang chưa?

Tôi gần như muốn khóc:

- Ủa, sao kỳ vậy?

- Tin này từ một anh khóa 8, cùng khóa với anh Minh, là sĩ quan đệ tam của một trong ba chiến hạm mà hôm Tết Thanh Điệp xuống thăm đó.

Tôi chưa biết hư thực như thế nào thì Ba tôi trở ra phòng khách, nói chuyện với các anh.

Vài tuần sau, buổi chiều, đi học về, tôi thấy Minh ngồi nơi xa-lông, nhìn tôi, cười cười. Tôi ngạc nhiên:

- Ủa, anh bảo anh tòng sự trên HQ 327 mà tại sao bây giờ anh ở đây?

- Vào chào Ngoại với hai Bác trước đi rồi anh kể cho nghe.

Như một nề nếp không bao giờ thay đổi đối với chị em tôi, tôi vào thưa với Ngoại và Ba Má tôi:

- Dạ, thưa Ngoại, thưa Ba Má, con đi học mới về.

Ba tôi bảo:

- Ba không hiểu tại sao Minh có vẻ bồn chồn, ngồi

đứng không yên. Minh lại bảo chốc nữa lên ga đón xe lửa đi Qui Nhơn. Con lên xem Minh cần gì rồi cho Ba Má biết.

Chị em tôi được nuôi dạy rằng chị em tôi không được nói dối và không được giấu Ba Má tôi bất cứ điều gì, cho nên, tôi tỏ ra lúng túng, sợ sệt. Thấy tôi có vẻ lo sợ, Minh hỏi:

- Thanh Điệp có vẻ như lo sợ điều gì, phải không?

- Dạ.

Minh cúi đầu im lặng một chốc rồi bảo:

- Anh ghé thăm Thanh Điệp một tý rồi anh phải lên ga đón xe lửa ra Qui Nhơn trình diện Commandant Đệ.

- Sao hôm trước anh bảo anh vào Saigon nhận nhiệm sở là HQ 327, do đại úy Đệ làm Hạm Trưởng?

- Đúng rồi!

- Vậy sao bây giờ anh ở đây rồi anh phải ra Qui Nhơn trình diện đại úy Đệ nữa?

- Thanh Điệp nghe anh nói nè! Tối hôm qua, chiếc HQ 327 đến Nha Trang. Hạm Trưởng Đệ không cho cặp ở Cầu Đá mà ông ấy lại cho HQ 327 neo ngoài khơi.

- Thì có khác chi đâu!

- Khác nhiều chứ! Nếu HQ 327 cặp Cầu Đá thì anh được "đi bờ".(Đi phố)

- Ô!

- Tối hôm qua, từ ngoài khơi nhìn vào bờ, thấy Nha Trang lung linh trong ánh đèn, anh chịu không được! Anh xin phép đại úy Đệ cho anh vào Nha Trang thăm cô bạn rồi anh trở ra ngay. Nhưng ông Đệ không cho; vì tàu sắp đi Qui Nhơn. Anh bảo anh chỉ ghé thăm cô bạn một chút thôi rồi anh đón xe lửa ra trình diện ông ấy tại Qui Nhơn; ông Đệ cũng vẫn không thuận.

- Rồi… sao?

- Chiều nay, thấy chiếc ghe câu gần gần, anh gọi đến. Sau khi thương lượng với chủ ghe, anh nhắn với mấy sĩ quan trên tàu: *"Mấy ông cho Commandant* Đệ biết là 'thằng' Minh 'nó' đi rồi!"

Tôi "ngớ" ra, chẳng hiểu gì cả:

- Anh trốn vào bờ để thăm cô bạn của anh mà sao bây giờ anh còn ngồi đây?

Minh "ôm bụng", cười trước sự "ngớ ngẩn" tột cùng của tôi. Cười xong, Minh đáp:

- Vì cô bạn của anh ở tại nhà này!

Che miệng, trợn mắt và chợt nhớ lại lời mấy anh Hải Quân nói rằng Minh đã vác súng đi tìm ông Hạm Phó, tôi hỏi:

- Điệp nghe nói anh vác súng đi tìm ông Hạm Phó, đúng không?

- Anh đùa với mấy "thằng" cùng khóa với anh. Chắc "thằng" N. nói lại cho Thanh Điệp biết, phải không?

- Dạ, không phải.

- Vậy thì ai nói mà Thanh Điệp biết?

Ngại nếu Minh tiếp tục "tra vấn", tôi sẽ không thể nói dối, tôi thụng mặt:

- Thôi, anh đừng hỏi nữa!

Minh im lặng. Tôi cũng im lặng và cảm thấy… nhức đầu!

Sau khi Minh từ giã gia đình tôi để đáp xe lửa ra Qui Nhơn cho kịp trình diện Hạm Trưởng Đệ, tôi lập lại mẫu đối thoại giữa Minh và tôi cho Ba Má tôi nghe. Ba Má tôi nhìn nhau, im lặng.

Trưa hôm sau – như mọi công chức thời đó – Ba tôi về nhà dùng cơm/nghỉ trưa. Tôi thấy Ba tôi thì thầm điều gì đó với Má tôi. Một chốc sau, Ba Má tôi gọi tôi đến, trao cho tôi bức điện tín – đã mở sẵn – bảo:

- Của Minh đó, con đọc đi.

Mở điện tín, tôi thấy: *"TĐ, anh đã trình diện Commandant Đệ sáng nay. Ngay sau đó, quân cảnh đến, bắt anh, giải giao anh về Bộ Tổng Tham Mưu để ra tòa án quân sự về tội đào ngũ. Chưa biết cuộc đời và tương lai của anh sẽ ra sao, nhưng anh không ân hận. Anh sẵn sàng chấp nhận hậu quả do anh tạo nên. Điện tín này anh nhờ một anh quân cảnh gửi giùm. HQM"*

Đọc điện tín xong, tôi chạy vào phòng, khóc!

* * *

Tôi không nhớ trước hay là sau chiến dịch Tam Giác Sắt, nhân lúc từ vùng hành quân – Dầu Tiếng – về Saigon họp hành quân, Minh ghé nhà cho tôi biết Nguyễn Dinh vừa bị thương nặng, đã được trực thăng chuyển về Tổng Y Viện Cộng Hòa. Tôi xúc động, bàng hoàng, chưa biết phải hành động như thế nào thì Minh dục:

- Muốn đi thăm Dinh thì đi nhanh lên, chưa biết Dinh có "qua" được hay không!

Tại bệnh viện Cộng Hòa, không nhớ Minh nói gì

với bác sĩ mà tôi – chỉ mình tôi – được vào phòng cấp cứu. Thấy Dinh đang mê man, đôi chân được băng bột cứng/to/còn in dấu máu, tôi lặng lẽ khóc, thương người bạn xưa! Một lúc lâu, Dinh từ từ mở mắt, nhìn tôi. Vừa quệt nước mắt tôi vừa hỏi:

- Dinh ơi! Biết ai đây không, Dinh?

Dinh đáp rất nhỏ, giọng khàn đặc:

- Biết. Thanh Điệp.

Tôi khóc nhiều hơn. Dinh lại im lặng, khép mắt, từ từ "chìm" vào hôn mê!

Sau đó, tôi được tin Võ Ấm tử trận tại Mỹ Tho khi đơn vị của Võ Ấm bị Việt cộng tấn công bằng chiến thuật biển người!

Tiếp đến là chiếc C-130 do Nguyễn Đình Tân – vừa tu nghiệp từ Mỹ về – lái, bị Việt cộng bắn hạ!

Chị Thúy Minh – thời gian này cũng sống tại Sai-gon – cho tôi biết, anh Nghị đã tử thương trong chuyến bay cuối cùng đáp xuống Hàng Không Mẫu Hạm, trước khi anh Nghị mãn khóa huấn luyện để trở về Việt Nam! Từ đó, Hoa Kỳ hủy bỏ chương trình huấn luyện phi công Việt Nam lái phi cơ đáp xuống Hàng Không Mẫu Hạm; vì Hải Quân Việt Nam không có Hàng Không Mẫu Hạm.

Trong khi tâm trạng của tôi bị khủng hoảng vì các Bạn Lính của tôi từ từ…đền nợ nước thì tôi được tin Lưu Khương Đức – lớp "Bê Bối" với tôi và đã tốt nghiệp Quốc Gia Hành Chánh, bị động viên vào trường sĩ quan Thủ Đức, tình nguyện về Biệt Động Quân – tử trận tại Pleiku; Ngô Đắc Phú, cũng lớp "Bê Bối" với tôi, tử trận tại vùng IV Chiến thuật khi trực thăng do Phú lái bị Việt cộng bắn hạ!

Sự buồn thương của tôi dành cho các Bạn Lính của tôi tử trận làm cho tôi rũ người! Bất ngờ, tôi gặp lại anh Xuân tại ga xe lửa Saigon. Thấy tôi có vẻ hơi tàn tạ, anh Xuân bảo:

– Ở nhà lo cho mấy cháu đi! Theo Minh hành quân làm chi cho nguy hiểm/cực thân!

– Dạ, tại vì Điệp muốn viết tường thuật.

– Anh biết Thanh Điệp viết báo. Nhưng ở nhà với con, rãnh thì đàn chơi chứ Thanh Điệp đi như vậy, nhỡ có gì tội mấy đứa nhỏ!

– Dạ, anh Minh đâu có muốn Điệp chơi đàn.

– "Cái thằng" kỳ vậy?

Tôi buồn quá, nói không được, vội từ giã anh Xuân.

Đến gần cuối cuộc chiến, tôi mới gặp lại anh Nhượng – Hạm Trưởng HQ 505 – khi Minh gửi tôi theo Dương Vận Hạm Nha Trang, HQ 505, để về Cam Ranh đón Ba Má tôi; nhưng chiến hạm vừa đến Phan Rang thì Phan Rang thất thủ!

Gần cuối thập niên 70, khi thực hiện cuốn tài liệu Hải Quân V.N.C.H. Ra Khơi, 1975, tôi mới liên lạc lại với anh Xuân và anh Nhượng. Anh Xuân và anh Nhượng – cũng như Đại Gia Đình Hải Quân – giúp tôi rất nhiều. Nguyễn Dinh giúp tôi phần của người hùng Đặng Hữu Thân; vì Dinh và anh Đặng Hữu Thân quen nhau từ khi cả hai cùng học trường Võ Tánh.

Không ngờ, sau khi cuốn Hải Quân V.N.C.H. Ra Khơi, 1975, được phát hành thì anh Xuân…rất buồn tôi!

Khi biết anh Xuân có ý trách tôi, tôi không hiểu

nguyên nhân, vội đọc lại thật kỹ các phần có liên hệ đến anh Xuân để tìm ra uẩn khúc!

Thời điểm biên khảo cuốn Hải Quân V.N.C.H. Ra Khơi, 1975, computer chưa được thông dụng, tôi lại bận rộn với công việc làm ở sở/viết bài cho báo/đi chợ /nấu ăn/sân vườn, v.v… cho nên tôi ít có thời gian để suy nghĩ và "gọt dũa" câu văn; do đó, khi tôi thâu băng, vị nào nói như thế nào thì tôi viết ra gần như nguyên văn – chỉ cắt/bỏ những chữ "thì"/"mà" để câu văn được đúng văn phạm – và tôi phải tôn trọng những chi tiết mà vị sĩ quan đó đã giúp tôi.

Khi đọc đến đoạn viết về Vùng III Sông Ngòi – anh Nguyễn Hữu Xuân là tư lệnh phó – tôi hiểu!

Tôi điện thoại, trình bày/giải thích sự việc, xin lỗi anh Xuân và hứa khi tái bản tôi sẽ sửa 02 chữ đó.

Năm 2011, cuốn Hải Quân V.N.C.H. Ra Khơi, 1975 được tái bản. Tôi báo tin cho anh Xuân hay về sự sửa đổi; anh Xuân rất vui.

Tôi vui vì vừa "làm hòa" được với anh Xuân thì anh Nguyễn Văn Nghĩa khóa 13 sĩ quan Hải Quân cho tôi biết: Sau khi Nguyễn Dinh sang Houston thăm bạn hữu, trở về Cali. chưa được bao lâu thì … Dinh qua đời!

Năm 2015, tham dự đại hội Hải Quân toàn thế giới tại Nam Cali. tôi gặp lại anh chị Xuân. Thấy người anh Xuân vẫn dong dỏng cao/không gầy/không mập, tôi rất mừng; mừng hơn nữa là khi anh Xuân đến nói chuyện với tôi, giọng anh vẫn thân mật như xưa, như chưa hề có sự vô tình của tôi làm anh buồn lòng cách đó khá lâu!

Thời gian viết về những vị Hải Quân Lập Nhiều Chiến Công, tôi cũng liên lạc với anh Xuân:

- Anh Xuân ơi! Điệp đang viết về các vị sĩ quan Hải Quân có bảo Quốc Huân Chương. Anh có Bảo Quốc Huân Chương đệ mấy đẳng, cho Điệp biết để Điệp viết về anh.

- Cảm ơn Thanh Điệp nhưng anh không có Bảo Quốc Huân Chương.

- Sao kỳ vậy? Chức vụ của anh…

- Chức vụ thì chức vụ, nhưng phải "nắm" những đơn vị tác chiến như Minh thì mới dễ có Bảo Quốc Huân Chương.

- Anh biết cách nào liên lạc với anh Nhượng không, thưa anh?

- Không ai liên lạc được với Nhượng cả. Ủa, mà hồi trước Thanh Điệp viết về cuộc rút quân của HQ 505 tại Chu Lai, ai cung cấp tài liệu?

- Dạ, anh Nhượng. Nhưng sau đó thì địa chỉ và điện thoại của anh Nhượng không còn liên lạc được nữa!

Vừa viết đến đây, tôi nhận được thêm vài emails của quý vị khóa 8/khóa 9 sĩ quan Hải Quân thông báo về sự "ra đi" của anh Nguyễn Hữu Xuân. Tôi cũng nhận được email của anh Nguyễn Mạnh Trí, khóa 10 sĩ quan Hải Quân, thông báo rằng anh Trí đã ghi giùm tên Điệp Mỹ Linh vào danh sách gia đình Hải Quân chia buồn với chị Nguyễn Hữu Xuân và các cháu.

Trong thời gian viết bài này, hồn tôi tìm về dĩ vãng và sống trọn vẹn với niềm thương/nỗi nhớ. Bây giờ, emails của các anh khóa 8/khóa 9/khóa 10 đưa hồn tôi trở về hiện tại.

Tôi trầm ngâm, cúi mặt, cảm nhận được trạng thái bềnh bồng giữa quá khứ xa xăm và một hiện thực mà tôi như không muốn chấp nhận. Trong cảnh quạnh hiu quanh tôi, nhìn qua khung cửa sổ, tôi chợt nhớ đến hai câu thơ của Ba tôi:

"Tìm nơi đây đâu vết cũ ngày xanh?
Tôi chỉ thấy bóng thời gian vô tận!"

Bạn Lính của tôi! Dù Bạn đã đền nợ nước trong cuộc chiến hay là Bạn "ra đi" sau cuộc chiến, hình ảnh của các Bạn lúc nào cũng ngời sáng trong tâm tưởng tôi. Các Bạn luôn luôn là nguồn cảm tác vô tận cho ngòi bút không chuyên nghiệp của tôi!

Kỷ Niệm với Chữ Nghĩa

Tôi không có thói quen viết về những nhân vật nổi tiếng đã qua đời; dù để "dựa hơi" hay là trút tất cả bất bình/phẫn nộ cho những người không thể nào tự biện minh được! Do đó khi hay tin nhà văn Mai Thảo qua đời, tôi chỉ biết âm thầm niệm kinh/cầu nguyện cho linh hồn anh Mai Thảo được về cõi Vĩnh Hằng!

Khi dự đám tang của anh Trương Trọng Trác – tên thật của ký giả Trong Kim, tổng thư ký của bán nguyệt san Ngày Nay, Houston – tôi muốn viết đôi dòng về anh, nhưng lại ngại ngùng!

Sau đó là sự "ra đi" của nhà văn Nguyễn Mộng Giác – chủ nhiệm/chủ bút tạp chí Văn Học. Tôi muốn sang Calif. tiễn đưa anh lần cuối; nhưng tôi lại sợ bị lạc lõng giữa những người cầm bút tôi không quen nhưng tôi biết họ không thích tôi; vì tôi nghe "phong thanh" rằng họ bảo Điệp Mỹ Linh là phụ nữ mà cứ viết về Lính!

Khi hay tin nhà văn Thế Uyên – có liên hệ gần với nhà văn Nhất Linh Nguyễn Tường Tam – qua đời, tôi cũng "rơi" vào trạng thái bần giùn!

Tin nhà văn Nguyễn Xuân Hoàng – chủ nhiệm/chủ bút tạp chí Văn – qua đời cũng làm tôi khó nghĩ: Nên viết hay không nên viết?

Rồi giáo sư Nguyễn Ngọc Linh – cựu Tổng Giám Đốc Thông Tin chính phủ miền Nam Việt Nam và cũng là cựu chủ nhiệm bán nguyệt san Ngày Nay, Houston – qua đời, tôi lại cũng nửa muốn viết nửa muốn không! Nhưng rồi tôi nghĩ, tôi đã "yên thân" được mấy mươi năm qua, bây giờ tạo điều kiện làm chi để "thiên hạ" có lý do "đánh phá" tôi!

Được tin nhà văn Minh Đức Hoài Trinh qua đời, tôi rất muốn viết về chị; vì tôi ngưỡng mộ chị từ thời tôi còn học trung học. Nhưng rồi tôi cũng vẫn không viết về chị Minh Đức Hoài Trinh! Lý do là – sau khi báo giấy ngưng "chửi" nhau – sinh hoạt chữ nghĩa của nhiều "diễn đàn" trên Internet làm tôi kinh hãi!

Nhưng khi bất ngờ nghe tiếng hát thiết tha, nồng nàn của Duy Trác trong youtube, do bạn tôi chuyển đến: *"... Gửi tới em! Một hạt mưa lẻ loi, một hạt mưa trong đêm tối, mưa bay dài...Gửi tới em! Những gì còn sống sót trên đời, như hơi ấm tuyệt vời…Ta ôm em và tan loãng trong không gian. Tiếng lá bay xào xạc... Hạnh phúc nào không tả tơi không đắng cay? Gửi tới em!..."* thì ý tưởng của tôi thay đổi. Bản tình ca chấm dứt trong niềm thương cảm lạ thường của tôi!

Vì niềm thương cảm về lời ca, tôi nhìn kỹ để tìm tên tác giả. Thấy tác giả là Ngô Đình Vận, tôi nhíu mày, suy nghĩ. Tôi không biết tác giả Ngô Đình Vận của bài thơ này có phải là ký giả Ngô Đình Vận từng là Tổng Thư Ký bán nguyệt san Ngày Nay, Houston, của giáo sư Nguyễn Ngọc Linh hay không; nhưng dĩ vãng hưng thịnh của thời báo giấy cuồn cuộn trở về trong tâm tưởng tôi. Tôi ngồi bất động, lòng dâng lên niềm tiếc nhớ vời vợi!

Được tin nhà thơ Hàn Song Tường qua đời, tôi lại nghĩ, nếu muốn viết về những người cầm bút tôi quen biết thì tôi nên viết về kỷ niệm chữ nghĩa – sau 1975 – của tôi.

Trước 1975, tôi không viết nhiều và chỉ gửi bài đến tòa soạn qua đường bưu điện chứ chưa hề quen hay gặp mặt một nhà văn/nhà báo/tổng thư ký/chủ nhiệm nào cả.

Sau 1975, có thể nói, tại hải ngoại, báo giấy rất lưa thưa, chỉ in dưới hình thức báo biếu, sống nhờ quảng cáo. Cuối thập niên 70 và đầu thập niên 80 thì báo giấy như hoa đến mùa, nở rộ trên nhiều tiểu bang.

Lúc gia đình tôi còn ở Yuma, Arizona, ông nhà tôi – cựu Hải Quân Trung Tá Hồ Quang Minh – nhận được thư của bác sĩ Hà Ngọc Minh, người bạn cùng học trường Quốc Học, Huế. Ngoài tình thân giữa hai người bạn cũ, vợ của bác sĩ Minh, ca sĩ Kim Loan, cuối thập niên 60, lại là Thủy Thủ Danh Dự của Giang Đoàn 30 Xung Phong, dưới sự chỉ huy của Hải Quân đại úy Hồ Quang Minh.

Sau đó chúng tôi liên lạc với nhau bằng điện thoại. Bác sĩ Minh bảo:

- Có bài, 'bà' gửi sang đây, 'tui' sẽ gửi đến báo sinh viên ở đây đăng.

Khi nhận được báo Âu Cơ của sinh viên Việt Nam tại Đức, do bác sĩ Minh gửi qua, có bài của Điệp Mỹ Linh, tôi chậm rải lật từng tờ, lòng lâng lâng như ngày xưa thấy bài đầu tiên của Điệp Mỹ Linh được đăng trên Đuốc Thiêng. Sau đó bạn tôi ở California cho tôi biết ở Cali. có mấy tờ báo Việt ngữ. Thế là thỉnh thoảng tôi cũng gửi bài đến các tờ báo đó.

Năm 1978, gia đình tôi dời đến Houston. Cuối tuần, gia đình tôi đến chợ Indochine – trên đường Milam – mua thức ăn Á Đông. Lúc sắp hàng chờ tính tiền, tôi thấy, thỉnh thoảng ông phụ trách tính tiền lấy một tờ báo, trao cho khách. Đến phiên Minh và tôi, không thấy người đàn ông đưa báo, tôi hỏi:

- Ông ơi! Tại sao có người ông tặng báo mà có người ông không tặng?

- Thưa, báo bán đấy chị; chỉ có 25 cents thôi. Tôi là chủ bút kiêm chủ nhiệm. Chị mua hộ nhé!

Khi vào trong xe, Minh lái, tôi mở tờ báo – khổ lớn như nhật trình của Saigon trước năm 1975 – tôi mới biết người đàn ông tính tiền cho khách chính là anh Thanh Trúc, chủ nhân của chợ Indochine kiêm chủ bút/chủ nhiệm báo Ngày Nay.

Đó là cơ duyên tôi bắt đầu viết cho bán nguyệt san Ngày Nay, Houston. Khi đến đưa bài cho anh Thanh Trúc, tôi mới biết, trong tòa soạn Ngày Nay có một nhân vật nữ – chị Tuyết Mai – rất thầm lặng nhưng giúp anh Thanh Trúc rất nhiều trong việc đánh máy bài/sửa lỗi chính tả do tác giả gửi đến. Thời điểm đó computer chưa được thông dụng cho nên Ngày Nay còn có một nhân vật thầm lặng khác, anh Chưởng, lo vấn đề bỏ dấu và layout.

Không lâu sau đó, báo Ngày Nay được sự "tăng cường" của chị Triều Giang vào chức vụ tổng thư ký.

Chỉ một thời gian ngắn sau, chị Triều Giang không còn là tổng thư ký; anh Thanh Trúc không còn là chủ nhiệm/chủ bút báo Ngày Nay và tiệm thực phẩm Á Đông Indochine đóng cửa!

Giáo sư Nguyễn Ngọc Linh trở thành chủ nhiệm

kiêm chủ bút và ký giả Ngô Đình Vận là tổng thư ký bán nguyệt san Ngày Nay. Chị Tuyết Mai vẫn âm thầm đánh máy bài viết/sửa lỗi chính tả do tác giả gửi đến. Anh Chưởng vẫn lo phần bỏ dấu tiếng Việt và lay out.

Từ khi anh Nguyễn Ngọc Linh làm chủ nhiệm, Ngày Nay được sự cộng tác của vài ngòi bút từ nhiều quốc gia bên Âu Châu; và Ngày Nay cũng được phát hành rộng rãi trên thế giới Tự Do – nơi có người Việt Nam tỵ nạn Cộng Sản. Tuy vậy, thời điểm này người viết rất ít mà đa số lại bận lo vấn đề kinh tế gia đình, cho nên, khoảng vài số báo, nếu không thấy bài của tác giả nào thì anh Nguyễn Ngọc Linh điện thoại nhắc nhở/xin bài.

Thỉnh thoảng, vào giờ ăn trưa, tôi lái xe đến tòa soạn Ngày Nay để đưa bài. Một hôm, anh Ngô Đình Vận nhận bài của tôi rồi cho tôi hay rằng anh có bài thơ, được Phạm Duy phổ nhạc. Lâu quá tôi không nhớ được tựa của bài thơ.

Sau đó, anh Trọng Kim ước mong được hình thành một tờ báo do nhóm bạn hữu của anh – anh Ngô Đình Vận, anh Trần Mỹ và Điệp Mỹ Linh – chủ trương. Cả nhóm góp tiền, mở trương mục, tên tờ báo là bán nguyệt san Đường Mới và sẽ bán mỗi tờ 50 cents.

Trong khi nhóm của báo Đường Mới còn đang tìm nơi để đặt Tòa Soạn thì – không hiểu vì lý do gì – anh Trọng Kim âm thầm từ giã "nhóm Đường Mới" để thế anh Ngô Đình Vận ở chức vụ tổng thư ký của Ngày Nay.

Anh Ngô Đình Vận, anh Mỹ và tôi hội ý nhiều lần, nhưng, vì thời điểm đó các con của tôi đang học đại học, tôi phải cố làm việc để phụ với Minh, lo cho các con tôi. Ngoài việc gửi bài – khi nào có thể sáng tác được – tôi không thể nhận bất cứ "chức vụ" nào trong tòa soạn của Đường Mới. Thế là Đường Mới chưa ra đời mà bị "khai tử"!

Ngày đại hội cựu Quân Nhân tại Houston, tôi được mời phát biểu cảm tưởng. Dịp này tôi được gặp lại cựu Trung Tướng Vĩnh Lộc – nguyên Tổng Tham Mưu Trưởng cuối cùng của chính thể Việt Nam Cộng Hòa (V.N.C.H.). Trung Tướng Vĩnh Lộc bảo:

-Madame viết nhiều về lính/về sông nước/biển khơi và madame lại có mặt trong cuộc triệt thoái của Hạm Đội Hải Quân V.N.C.H., tôi đề nghị madame nên ghi lại cuộc di tản bằng đường thủy của Hải Quân.

- Dạ, cảm ơn Trung Tướng. Nhưng viết về cuộc di tản của Hải Quân là một đề tài quá lớn, em ngại em sẽ không kham nổi!

Tướng Vĩnh Lộc lặng yên. Nhưng sau đó, mỗi khi gặp tôi, Tướng Vĩnh Lộc lại hỏi:

- Madame khởi sự viết về cuộc di tản của Hải Quân chưa?

- Dạ, em nghĩ, chuyện của mấy ông Hải Quân, để cho mấy ông Hải Quân lo; em là đàn bà, khó khăn lắm, thưa Trung Tướng.

Ông lại im lặng.

Hôm đến nhà tôi dự tiệc, sau khi tiệc tàn, quan khách ra về, Tướng Vĩnh Lộc ở lại sau cùng để kể cho Minh và tôi nghe về trận chiến hào hùng/đẫm máu của quân nhân V.N.C.H. trú đóng tại đồn Pleime – thuộc tỉnh Pleiku – khi Tướng Vĩnh Lộc là Tư lệnh Quân đoàn II Vùng II chiến thuật.

Khi nghe Tướng Vĩnh Lộc kể về đồn Pleime, tôi bị xúc động mạnh! Tôi không hiểu được sự xúc động trong tôi đến từ hành động phi thường của quân nhân V.N.C.H. trong đồn Pleime hay là do những biến chuyển tình cảm thể hiện trên khuôn mặt cằn cỗi và ánh mắt xa xăm của – vị Tướng không còn uy quyền – Tướng Vĩnh Lộc!

Ngay tối hôm đó, tôi khởi viết và tối hôm sau hoàn tất truyện ngắn Người Trở Lại Pleime! Mời xem tại link này: https://www.diepmylinh.com/nguoi-tro-lai-pleime.

Vài hôm sau, dù Minh không đồng ý, tôi cũng vẫn liên lạc và thưa với Tướng Vĩnh Lộc rằng tôi sẽ viết về chuyến ra khơi cuối cùng của Hải Quân V.N.C.H.

Tôi khởi sự viết về những cuộc di tản của Hải Quân V.N.C.H. bằng cách xin điện thoại của những vị sĩ quan cao cấp/các vị chỉ huy của những đại đơn vị tác chiến/ các vị hạm trưởng, v.v…

Sau khi phỏng vấn/thu băng vị sĩ quan nào, tôi viết ra tất cả những điều tôi hỏi và được trả lời rồi cất giữ như "báu vật". Tôi cũng vào thư viện mượn những sách liên hệ đến cuộc chiến tranh Việt Nam để đọc và tìm hiểu. Sau đó, tôi phải đọc thật kỹ và phân định nhiệm vụ của từng đơn vị/chiến hạm/ngày/giờ/vị trí/hải phận của các đơn vị/chiến hạm đó khi những biến cố xảy ra rồi tổng hợp lại theo thứ tự thời gian.

Khi soạn đến phần có liên hệ đến ông Richard Lee Armitage – Cựu Phụ Tá Tổng Trưởng Quốc Phòng Hoa Kỳ và cũng từng là một trong những vị cựu cố vấn của Hải Quân V.N.C.H. – tôi điện thoại cho Ông để hỏi thêm chi tiết. Sau khi trình bày lý do tôi cần sự trợ giúp của Ông, tôi hỏi:

- Ông đồng ý cho tôi phỏng vấn qua điện thoại có thu âm hay không ạ?

- Tôi nghĩ, bà nên viết những câu hỏi của bà – bằng tiếng Anh – rồi gửi đến tôi; tôi sẽ viết ra những câu giải đáp rồi gửi đến bà. Đây là địa chỉ của tôi…

- Vâng. Cảm ơn ông.

Trong khi truy tìm tài liệu/nhân vật để viết về Hải Quân, tôi mới biết Hội Bạch Đằng ở San Jose có đặc san Lướt Sóng. Thế là tôi gửi bài đến Lướt Sóng.

Bất ngờ, tin anh Trần Văn Bé Tư, cư ngụ tại Cali., bắn một "chàng" Việt Cộng – hay là thiên Cộng, tôi không nhớ – tên Trần Khánh Vân, tại Cali. được "tung" ra. Anh Trần Văn Bé Tư bị bắt. Cộng Đồng Việt Nam và Hội Cựu Quân Nhân V.N.C.H. tại Houston tổ chức biểu tình/hội thảo, cố tìm phương cách yểm trợ về vấn đề pháp lý cho anh Trần Văn Bé Tư. Tôi được mời phát biểu cảm tưởng trong buổi hội thảo này.

Thời điểm này, tại Houston – ngoài bán nguyệt san Ngày Nay – còn có nhiều báo khác. Thỉnh thoảng tôi cũng gửi bài đến nguyệt san Chiến Sĩ Cộng Hòa, do anh Trần Thiện Hiệu làm chủ nhiệm; bán nguyện san Tự Do, do nhà văn Mặc Bích làm chủ nhiệm; tạp chí Giao Chỉ, do anh Đoàn Hữu Tri làm chủ nhiệm; đặc san Lý Tưởng của Hội Ái Hữu Không Quân; đặc san Ra Khơi của Hội Ái Hữu Hải Quân. Đặc san Văn Hóa Việt Nam do anh Phạm Quang Tân chủ trương. Sau khi Ngày Nay đình bản, tôi gửi bài đến Việt Báo bên California, do nhà văn Nhã Ca điều hành, Việt Nam Mới, do nhà báo Vũ văn Hoa làm chủ nhiệm; và bán nguyệt san Xây Dựng do nhà báo Hoàng Minh Thúy làm chủ nhiệm, v.v...

Ngoài ra, thỉnh thoảng tôi cũng gửi bài đến Hồn Việt, Cali. do nhà báo Ngọc Hoài Phương làm chủ nhiệm; báo Thời Luận, Cali. do nhà văn Đỗ Tiến Đức làm chủ nhiệm; tạp chí Ngày Nay ở Kansas, do nhà báo Lê Hồng Long làm chủ nhiệm; Phu Nữ Diễn Đàn tại Virginia, DC do Kiều Hạnh Ngọc làm chủ nhiệm, ông Chữ Bá Anh là chủ bút; Đặc San Đa Hiệu; Đặc San Khóa 6/68 trường Sĩ Quan Bộ Binh Thủ Đức, Florida Việt Báo, do cựu sĩ quan Hải Quân Chu Bá Yến làm chủ nhiệm kiêm chủ bút, v.v…

Ngoài sự xuất hiện đều đặn của nhiều tờ báo, không khí văn nghệ tại Houston cũng nở rộ bằng những buổi họp bạn tại tư gia, có văn nghệ "cây nhà lá vườn". Chính trong những buổi văn nghệ thân hữu này, tôi được quen với nhà thơ Huy Lực Bùi Tiến Khôi. Anh Huy Lực Bùi Tiến Khôi hỏi tôi:

- Điệp Mỹ Linh viết nhiều mà sao không thấy Điệp Mỹ Linh phát hành tác phẩm nào cả vậy?

- Thưa anh, em viết vì anh Minh không muốn em chơi đàn chứ không phải em thích viết để trở thành nhà văn; do đó, bài nào đăng báo xong, em không giữ nữa.

- Tại sao anh Minh lại không thích chị chơi đàn?

- Chỉ Trời mới biết chứ em không thể biết được!

- Vậy thì những bài chị viết trước 1975 cũng mất hết à?

- Dạ, mất hết!

- Từ nay chị nên giữ lại bài viết để in thành sách. Tôi thật lòng khuyên chị đó.

Tôi chỉ cười và cảm ơn anh Huy Lực chứ tôi cũng

vẫn chưa nghĩ đến chuyện xuất bản tác phẩm.

Thời gian này phong trào vượt biển/cứu người vượt biển được báo chí tường thuật rất nhiều. Trong lần gặp nhau tại đêm Dạ Hội do Hội Lion tổ chức, anh Trọng Kim hỏi tôi:

- Bà Điệp Mỹ Linh! Bà dám sang trại tỵ nạn để viết tường thuật riêng cho Ngày Nay hay không?

- Dạ, đi liền! Nhưng anh nên hỏi "chỉ huy trưởng" của tôi nè!

Anh Trọng Kim nhìn Minh, hỏi:

- Sao, ông để bà ấy đi, được không?

- Bốn đứa nhỏ giao cho ai mà đi? Bả lại mới nhận lời đề nghị của Tướng Vĩnh Lộc để viết về Hải Quân di tản nữa đó!

Anh Trọng Kim bảo:

- Thế thì thôi. Bà cũng có nhiều truyện rồi, gom lại, xuất bản, lấy tiền bán sách giúp người vượt biển.

Tôi lại đáp lời anh Trọng Kim cũng giống như tôi đã đáp lời anh Huy Lực Bùi Tiến Khôi. Anh Trọng Kim lại bảo:

- Bà cứ xuất bản đi, cần gì tôi giúp.

- Xuất bản tác phẩm đầu tiên thì phải nhờ người viết lời tựa để giới thiệu tác phẩm. Nhưng tôi chẳng quen biết ai trong giới cầm bút cả; vì ngày xưa chỉ gửi bài bằng bưu điện thôi.

- Tưởng gì chứ nhờ người viết lời giới thiệu thì tôi sẽ nhờ chị Minh Đức Hoài Trinh giúp bà.

Bút hiệu Minh Đức Hoài Trinh khơi dậy trong lòng tôi vùng trời thơ dại. Thuở đó, mỗi ngày, đi học về, sau khi học/làm bài xong, tôi chỉ biết miệt mài với cây đàn Accordéon hoặc say sưa đọc báo Văn Hóa Ngày Nay, Sóng Thần, Đuốc Thiêng – Ba tôi, bút hiệu Điệp Linh, cộng tác với Sóng Thần và Đuốc Thiêng – và báo Phổ Thông.

Báo Phổ Thông do ông Nguyễn Vỹ phụ trách và tôi thấy/đọc bài của nhà văn/nhà thơ Minh Đức Hoài Trinh. Lúc ấy dường như Chị đang ở Pháp. Những bài viết của Chị đã mở ra trong hồn tôi từng khung trời lạ lẫm mà tôi luôn thầm ước sẽ được đến một lần! Khi bài thơ Kiếp Nào Có Yêu Nhau của Chị được Phạm Duy phổ nhạc thì, có thể nói, trong những ngòi bút đàn chị, chị Minh Đức Hoài Trinh là người đã chinh phục tôi hoàn toàn!

Chị Minh Đức Hoài Trinh viết Lời Tựa cho – tập truyện Một Đoạn Đường – tác phẩm đầu tay của tôi.

Tập truyện Một Đoạn Đường được Việt Dzũng đánh máy, lay out và in tại nhà in Thế Giới của anh Hào, Hải Quân. Tôi không ngờ nhà in Thế Giới cũng là nơi sinh hoạt của nhóm Thế Hệ – sinh viên Việt Nam tại đại học Houston. Tôi quen và có thiện cảm với mọi người trẻ trong nhóm Thế Hệ; nhưng người tôi biết ơn nhiều nhất lại là kỹ sư Lê Đình Thăng và kỹ sư Phạm Thế Vượng – đều là chuyên viên của NASA. Vượng đọc bản thảo và sửa chính tả cho bài của tôi và Thăng cùng họa sĩ Phạm Thông và kiến trúc sư Nguyễn Trân luân phiên vẽ bìa cho các tác phẩm của tôi.

Tác phẩm Một Đoạn Đường được ra mắt tại Hyatt Regency downtown, Houston, được sự bảo trợ của Hội Y Sĩ; sinh viên Việt Nam tại đại học Rice giúp phần tiếp tân. Ngoài chị Minh Đức Hoài Trinh còn có anh Huy Lực Bùi Tiến Khôi và bác sĩ Hồ Tấn Phước giới thiệu về Một Đoạn Đường. Tất cả tiền bán sách vào tối hôm đó, chúng tôi nhờ nhà báo Nguyễn Thượng Hiệp (hay Trần Thượng Hiệp?) – bạn của chị Minh Đức Hoài Trinh và cũng là bạn của anh Trọng Kim – chuyển sang tặng Ủy Ban Cứu Người Vượt Biển.

Trước khi trở về Cali., chị Minh Đức Hoài Trinh cho tôi địa chỉ và số điện thoại của nguyệt san Sóng – do giáo sư Nguyễn Tăng Chương điều hành – bên Toronto, Canada, để tôi gửi bài đến báo Sóng.

Sau khi Một Đoạn Đường ra đời, tôi được anh Nguyễn Vĩnh Châu – phóng viên của đài VOA – phỏng vấn. Mời xem link này: https://www.diepmylinh.com/nguyen-vinh-chau.

Một hôm, anh Trọng Kim điện thoại cho tôi, hỏi:

- Bà Hàn Song Tường – không phải là cộng tác viên của Ngày Nay – điện thoại đến Ngày Nay, xin số điện thoại của bà để làm quen; bà có "ok" để tôi đưa số điện thoại của bà cho bà Hàn Song Tường hay không?

Dĩ nhiên là tôi đồng ý. Từ Hàn Song Tường, tôi quen với nhà văn Đặng Phùng Quân và nhà văn Nguyễn Văn Sâm. Thời gian này anh Nguyễn Văn Sâm chưa dời về Houston.

Khi tập thơ đầu tiên – dường như tựa đề là Viên Sỏi Quê Hương – của nhà thơ Hàn Song Tường ra đời, Hàn Song Tường mời nhà văn Mai Thảo từ Cali. sang, giới thiệu tác phẩm đó vào hôm ra mắt.

Sau đêm ra mắt sách của Hàn Song Tường, tôi mời anh Mai Thảo và vài bạn văn đến nhà chúng tôi dùng cơm. Chính trong bữa cơm này anh Mai Thảo cho tôi địa chỉ của báo Văn và Văn Học. Từ đó, tôi gửi bài đến Văn và Văn Học.

Lúc này tôi có đủ truyện để xuất bản tập truyện Bước Chân Non; đồng thời tôi cũng khởi sự viết truyện dài Sau Cuộc Chiến và tiếp tục thực hiện tài liệu lịch sử về Hải Quân V.N.C.H.

Bước Chân Non được ra mắt tại phòng khánh tiết chính của Hyatt Regancy, góc freeway I-10 và hwy 6.

Trong khi bên ngoài phòng khánh tiết, quan khách sắp hàng dài để ký tên lưu niệm thì bên trong, trên sân khấu, tiếng Organ của luật sư Nguyễn Ngọc Hải rộn ràng trong dòng nhạc vui.

Đúng 8:30PM, ông Dương Đức Nhự – nguyên giáo sư đại học Văn Khoa Saigon – đại diện Ban Tổ Chức, ngõ lời chào mừng/cảm ơn quan khách và giới thiệu các diễn giả sẽ phát biểu cảm tưởng về tác phẩm Bước Chân Non: Giáo sư Trần Ngọc Lợi, nguyên viện trưởng viện đại học Duyên Hải Nha Trang và hiện là giáo sư tại đại học Michigan; nhà văn Nguyễn Văn Sâm, cựu giáo sư đại học Văn Khoa Saigon; giáo sư Trần Đình Vinh, nguyên giáo sư đại học Khoa-Học Saigon; và luật sư Dương Như Nguyện – tác giả của tiểu thuyết Daughters of the River Huong.

Riêng lời phát biểu của anh Nguyễn Văn Sâm làm cho quan khách vui lòng và tôi rất xúc động! Đây là một đoạn ngắn trong bài phát biểu của anh Nguyễn Văn Sâm: *"...Trong khung cảnh trang trọng này tôi có một điều áy náy. Đó là bạn của Điệp-Mỹ-Linh nhiều quá! Những thân tình mà tôi nhận thấy trên gương mặt của quý vị cho thấy Điệp-Mỹ-Linh được cảm tình nồng hậu* của bạn bè, anh em, một điều mà tôi cảm thấy mình không có được; vì vậy, tôi nghĩ có lẽ Điệp-Mỹ-Linh ở ngoài đời dễ thương lắm cho nên chị được sự ủng hộ như vậy. Ước chi tôi được nhiều thân hữu thương mến như vậy thì đỡ quá!..."

Người phát biểu sau cùng là Luật Sư Dương Như Nguyện. Xin trích một đoạn ngắn: *"… Khi đọc tác phẩm đầu tiên của Bà – Một Đoạn Đường – tác phẩm nói lên cảm nghĩ của Bà khi nhớ lại quê hương, hình dung qua màu sắc của một loài hoa từ Texas, tôi đã bàng hoàng xúc động. Cái nhẹ nhàng trong sáng, cái dịu dàng trong văn chương Thanh-Tịnh, cái nhẹ nhàng êm ái của văn chương Thạch-Lam và phần nào đó gợi cho tôi nhớ lại cái trong sáng, nhẹ nhàng trong văn chương tả cảnh, tả tình của Guy De Maupassant.*

Nhưng thưa quý vị, điều tôi nhớ nhất khi đọc tác phẩm thứ hai của Bà, Bước Chân Non, là tính chất xã hội trong văn chương Điệp-Mỹ-Linh.

Tính chất xã hội trong văn chương Điệp-Mỹ-Linh không những ở chỗ Bà diễn tả được những biến đổi trong gia đình Việt-Nam từ thảm kịch 1975. Cái giá trị xã hội trong văn chương của Điệp-Mỹ-Linh không phải chỉ ở chỗ Bà đã nói lên thế nào là đời lính, thế nào là đời sống của vợ lính trước năm 1975 – mà cái giá trị xã hội trong văn chương của Bà nó nằm ở chỗ rất nhiều truyện ngắn của Bà đã nói lên cái thua thiệt, cái nhẫn nại, cái chịu đựng của phụ nữ Việt-Nam trong một xã hội cổ truyền…"

Trong dịp này tôi được tạp chí Giao Chỉ phỏng vấn. Mời xem link này:

https://www.diepmylinh.com/tap-chi-giao-chi-2

Sau sự thành công vượt bực trong đêm ra mắt Bước Chân Non, tôi đâm ra ngại ngùng/e dè/lo ngại! Tôi có cảm tưởng như độc giả và bạn hữu tại Houston đã ân cần tặng cho tôi quá nhiều đặc ân mà tôi không hiểu làm thế nào tôi có thể giữ mãi được lòng thương mến của độc giả và của bạn hữu cùng ngụ tại thành phố Houston với tôi – mà sẽ không bị vài cá nhân ty hiềm, ra sức "đánh phá" tôi!

Tôi giấu kín sự e dè/lo ngại của tôi; thế nhưng không hiểu tại sao Ba tôi – làm việc bán thời gian cho bán nguyệt san Dân Ta, thuộc cơ quan ICC (International Cultural Center) Houston – hiểu được. Ba tôi bảo: *"Con à! Ba mới qua, nhưng Ba nhận thấy sinh hoạt chữ nghĩa của người Việt tỵ nạn ở Mỹ có thể ví như 'cái rổ cua', hễ con này 'lồm cồm' bò lên thì bao nhiêu con khác kẹp cổ, lôi xuống! Con cẩn thận!"* Từ đó, vì ôm trong lòng sự lo ngại và cũng để đề phòng, tôi "tránh né" mọi sinh hoạt trong cộng đồng người Việt; ngoại trừ sinh hoạt của Hải Quân.

Anh Hàn Phong Cao – sĩ quan Thiết Giáp và cũng từng là một trong những giọng ca chính của Ban Ca Nhạc Bình Minh, đài Phát thanh Nha Trang, vào cuối thập niên 50 đến giữa thập niên 60 của thế kỷ XX – và nhà văn/nhà thơ Triều Nghi, ngụ tại San Jose, tổ chức giúp tôi ra mắt tác phẩm Bước Chân Non tại San Jose.

Trong buổi ra mắt Bước Chân Non tại San Jose – rất thành công – tôi chỉ nhớ cựu trung tướng Vĩnh Lộc giới thiệu tác phẩm này. Tôi thành thật xin lỗi quý vị nào đã giới thiệu Bước Chân Non trong lần ra mắt tại San Jose mà, vì lâu quá, tôi không thể nhớ được!

Khi truyện dài Sau Cuộc Chiến hoàn tất, tôi nhờ nhà

văn Nguyễn Mộng Giác viết lời Bạt. Sau đó, tôi chỉ mời một số bạn hữu đến hàn huyên với anh Nguyễn Mộng Giác.

Đến khi hoàn tất cuốn Hải Quân V.N.C.H. Ra Khơi, 1975, tôi tổ chức tiệc tại nhà và tặng mỗi người bạn một tác phẩm đặc biệt về Hải Quân.

Ba tôi rất bằng lòng về quyết định/thái độ của tôi khi giới thiệu Sau Cuộc Chiến và Hải Quân V.N.C.H. Ra Khơi, 1975, trong tình thân; nhưng nhiều người bạn lại đùa với tôi rằng: *"Điệp Mỹ Linh chỉ muốn 'ôm lấy hào quang' của đêm ra mắt Bước Chân Non tại Hyatt cho nên không tổ chức ra mắt sách nữa!"*

Tôi "ẩn mình" như một người tu tại gia. Nhưng truyện của Điệp Mỹ Linh lại được chị Mai Thy/chị Cát Phượng/anh Cát Sơn/anh Lê Đình An/anh Thăng Long, v.v… đọc trên Radio vào mỗi cuối tuần.

Sau khi cuốn tài liệu lịch sử Hải Quân V.N.C.H. Ra Khơi, 1975 được phổ biến, tôi nhận được thư của một độc giả rất trẻ – Hải Quân thiếu úy Hoàng Quốc Tuấn – vừa tốt nghiệp từ trường Hải Quân O.C.S. (Officer Candidate School) tại Rhode Island, Hoa Kỳ và đang tu nghiệp bổ túc về Thủy Bộ tại Surface Warfare Officers School Pacific, thuộc Amphibious Base, thành phố Coronado, San Diego.

Trong thư gửi cho tôi, thiếu úy Tuấn cho biết – sau khi đọc cuốn Hải Quân V.N.C.H. Ra Khơi, 1975 – thiếu úy Tuấn rất ngạc nhiên và ngưỡng phục Hải Quân V.N.C.H.

Khi mãn khóa tu nghiệp về Thủy Bộ, thiếu úy Tuấn mời Minh và tôi sang San Diego tham dự buổi lễ mãn khóa được tổ chức rất trang trọng tại Jones Hall. Cảm tác từ buổi lễ ra trường này đã giúp tôi viết truyện ngắn Người Đem Sông Nước Trở Về, trong Tập Truyện Đưa Tiễn. Mời xem link này: https://www.diepmylinh.com/song-nuoc-tro-ve

Năm 1995, Hội Ái Hữu Hải Quân tại San Jose mời tôi phát biểu cảm tưởng trong buổi lễ Đức Thánh Trần Hưng Đạo. Kế đến là Hội Ái Hữu Hải Quân tại Nam Cali. mời tôi phát biểu cảm tưởng nhân nhày Giỗ Đức Thánh Tổ Trần Hưng Đạo.

Tôi không nhớ vào dịp nào nhà văn Thế Uyên và nhà văn Nguyễn Xuân Hoàng đến Houston. Tôi mời anh Thế Uyên, anh Nguyễn Xuân Hoàng cùng một số bạn hữu đến nhà tôi dùng cơm. Trong dịp này, anh Thế Uyên bảo:

- Điệp Mỹ Linh viết nhiều về lính, thế tại sao Điệp Mỹ Linh không viết về những ngòi bút quân đội?

- Thưa anh, em chỉ thích sáng tác thôi.

- Viết về nhà văn/nhà thơ quân đội đi! Cần gì tôi giúp.

Khi nhà thơ Hà Huyền Chi đến Houston ra mắt tập thơ, tôi trình bày với anh Hà Huyền Chi về đề nghị của anh Thế Uyên. Anh Hà Huyền Chi bảo:

- Ý kiến hay đấy. Điệp Mỹ Linh viết đi!

Tôi bắt đầu liên lạc với các nhà văn/nhà thơ quân đội để xin sách và phỏng vấn. Những vị tôi liên lạc đều hưởng ứng một cách rất nhiệt tình. Bất ngờ anh Thế Uyên ngã bệnh! Và cũng thật bất ngờ mắt tôi cần phải giải phẫu và điều trị! Tôi viết thư tạ lỗi với những ngòi bút nhà binh mà tôi đã phỏng vấn/xin sách!

Trong khi tôi cứ tiếc là không thể viết về những ngòi bút quân đội thì tiến sĩ văn chương & báo chí Nguyễn Đình Tuyến liên lạc với tôi, với mỹ ý "đưa" Điệp Mỹ Linh vào tác phẩm Nhà Thơ và Nhà Văn Hải Ngoại, 1975-2000, do anh thực hiện.

Tiếp đến, tập truyện Tưởng Như Trở Về được ấn hành. Trong tập truyện này, tùy bút Tưởng Như Trở Về khơi lại những kỷ niệm thân thương trong khung trời Nha Trang "xưa". Không ngờ, một trong những kỷ niệm đáng yêu vào thời thơ dại của tôi lại khơi dậy trong lòng bác sĩ Thủy Quân Lục Chiến T.T.P. – bút hiệu Hoàng Việt Sơn/Phụng Hồng và cũng là bạn thân của Cố Chuẩn Tướng Thủy Quân Lục Chiến Nguyễn Bá Liên – một hình ảnh chưa bao giờ nhạt phai!

Anh Hoàng Việt Sơn – sau khi bất ngờ đọc tùy bút Tưởng Như Trở Về, trên Ngày Nay, thấy vài đoạn của bài thơ Tiếng Đàn Đêm Trung Thu do chính anh sáng tác, năm 1956, để tặng "cô bé tóc dài Thanh Điệp" – viết bài giới thiệu Tưởng Như Trở Về, gửi đến Ngày Nay. Ngày Nay đăng bài này.

Sau đó, theo địa chỉ in trong bìa sách, anh Hoàng Việt Sơn liên lạc với tôi. Đọc thư của anh Hoàng Việt Sơn, tôi rất ngậm ngùi và tiếc nhớ khoảng thời gian tươi đẹp đã qua mà không bao giờ tôi có thể tìm lại được; nhất là những kỷ niệm với ban ca nhạc Bình Minh – do Ba tôi làm trưởng ban.

Sau đó, nhà thơ Hoàng Việt Sơn – lúc này anh dùng bút hiệu Hoàng Vũ Bão – sáng tác tặng tôi nhiều bài thơ chan chứa cảm tình.

Khi tập truyện Tìm Vết Chân Xưa của Điệp Mỹ

Linh được ấn hành, anh Hoàng Việt Sơn viết bài Phê Bình Tìm Vết Chân Xưa và Viết Về Điệp Mỹ Linh.

Cuối cùng, anh Hoàng Việt Sơn nhờ nhà xuất bản Hồn Việt, Cali. – do nhà báo Ngọc Hoài Phương điều hành – xuất bản tập thơ Nửa Đời Thương Đau để tặng Điệp Mỹ Linh. Mời xem link này: http://www.diepmylinh.com/hoang-vu-bao.

Tôi được phóng viên Lê Văn – đài VOA – và phóng viên Nguyễn Cương, đài Saigon Houston, phỏng vấn.

Bất ngờ được tin nhà thơ Hoàng Việt Sơn/Phụng Hồng qua đời, tôi bị trầm cảm, sáng tác không được!

Hơn hai năm sau, tôi viết tâm bút Tạ Lỗi Với Người Thơ và bắt đầu viết trở lại! Mời xem link này: https://www.diepmylinh.com/ta-loi-voi-nguoi-tho.

Và tập truyện Trăng Lạnh "ra đời" trong lặng lẽ! Tôi được phóng viên Thăng Long – đài Little Saigon – phỏng vấn. Mời xem link này: https://www.diepmylinh.com/dai-little-saigon.

Thời điểm này, tạp chí Văn Học – đang thu thập tư liệu về các nhà văn hải ngoại để thực hiện "Văn Liệu Văn Học Hải Ngoại" – có bài phỏng vấn Điệp Mỹ Linh. (Văn Học số 135, tháng 07/1997).

Nhà thơ Hoàng Phong Linh Võ Đại Tôn từ Úc Đại Lợi sang Houston ra mắt tập thơ Tiếng Chim Bên Dòng Thác Champi. Điệp Mỹ Linh được mời để giới thiệu tác phẩm đó vào hôm ra mắt. Sau đó, anh Võ Đại Tôn cho tôi điện thoại và địa chỉ email của báo SaigonTimes – do anh Hữu Nguyên làm chủ nhiệm kiêm chủ bút – bên Úc để tôi cộng tác.

Vào dịp Noel, được nhà văn Mặc Bích và nhà văn Khuất Phong Nguyễn Đình Phùng mời tham dự tiệc tại tư gia, tôi không thể từ chối; vì nhà xuất bản Nguồn Ý – do nhà văn Mặc Bích điều hành – đã phát hành tác phẩm Sau Cuộc Chiến của Điệp Mỹ Linh. Buổi họp mặt này chỉ toàn người cầm bút tại Houston và các vùng phụ cận.

Không ngờ, trong bữa tiệc, đề tài thành lập Văn Bút Nam Hoa Kỳ được đưa ra thảo luận. Đa số đều đồng ý nên thành lập Văn Bút Nam Hoa Kỳ. Để khỏi phải triệu tập một cuộc họp khác, đa số cũng đồng thuận là nên bỏ phiếu kín để bầu ban chấp hành. Không ai đề cử ai và cũng chẳng ai ứng cử.

Sau khi kiểm phiếu, kết quả cho thấy nhà văn Khuất Phong Nguyễn Đình Phùng được số phiếu nhiều nhất, trở thành chủ tịch Văn Bút Nam Hoa Kỳ; một nhân vật khác – rất tiếc, tôi quên tên – được số phiếu cao thứ nhì, phó chủ tịch; Điệp Mỹ Linh có số phiếu cao thứ ba, tổng thư ký.

Nhiệm kỳ kế tiếp, anh Nguyễn Văn Sâm được bầu vào chức vụ chủ tịch, nhà văn Trần Hồng Văn và Điệp Mỹ Linh có cùng số phiếu tín nhiệm, trở thành phó chủ tịch nội vụ và phó chủ tịch ngoại vụ.

Khi anh Nguyễn Văn Sâm tranh cử vào chức vụ nào đó của Văn Bút Việt Hải Ngoại thì Điệp Mỹ Linh trở thành "quyền" chủ tịch Văn Bút Nam Hoa Kỳ.

Chỉ sau một thời gian ngắn, Hội Văn Bút Việt Nam Hải Ngoại có những biến động rất phức tạp và sinh hoạt của Hội Văn Bút Nam Hoa Kỳ cũng không bình yên! Tôi gửi thư đến tất cả hội viên của hội Văn Bút Nam Hoa Kỳ để thông báo rằng tôi xin từ nhiệm chức vụ quyền Chủ

Tịch Văn Bút Nam Hoa Kỳ.

Tôi rút lui khỏi Văn Bút Nam Hoa Kỳ nhưng tôi vẫn cộng tác với bán nguyệt san Thế Giới Mới, tại Dallas, của nhà báo Trương Sĩ Lương – một thành viên trong Văn Bút Nam Hoa Kỳ.

Trong lần viếng thăm Canada, tôi được gặp nhạc sĩ Lê Dinh – chủ nhiệm nguyệt san Nghệ Thuật và cũng là giám đốc Đài Tiếng Nói Việt Nam tại Montreal – và tôi được cô Đan Thi phỏng vấn. Sau đó tôi cộng tác với Nguyệt San Nghệ Thuật.

Ông Đỗ Thông Minh từ Nhật đến Houston ra mắt hai cuốn hồi ký Hành Trình Người Đi Cứu Nước của cựu kháng chiến quân Phạm Hoàng Tùng. Tôi được mời để giới thiệu hai cuốn hồi ký đó.

Trước cử tọa, khi đề cập đến đoạn cựu Phó Đề Đốc Hoàng Cơ Minh tự sát, sau khi Ông bị thương, tôi khóc! Chính thái độ và bài phát biểu cảm tưởng của Điệp Mỹ Linh về hai cuốn hồi ký của Phạm Hoàng Tùng đã tạo cơ hội cho vài người – từ lâu, cứ muốn tìm mọi sơ hở để "đánh phá" Điệp Mỹ Linh – nổi giận! Vì lý do đó, truyện dài Cuồng Lưu cũng như những tác phẩm kế tiếp của Điệp Mỹ Linh đều "ra đời" trong lặng lẽ!

Nhà thơ Trang Châu từ Canada sang Houston ra mắt tập truyện Người Ăn Trưa Trong Xe. Bạn hữu của anh Trang Châu giới thiệu tác phẩm mới của anh. Riêng tôi, tôi chỉ kể lại cho quan khách nghe về thời gian gia đình anh Trang Châu và gia đình tôi cùng di tản trên chiến hạm HQ 502.

Sau đó tôi cộng tác với nguyệt san Người Việt Montreal – do cựu trung tá Trần Văn Trang làm chủ nhiệm

– anh Trang Châu là chủ bút; hiện tại, bác sĩ Trần Mộng Lâm thay thế vị thế của anh Trang Châu.

Khi Dansinh Media tại San Jose thực hiện DVD về Chuyến Hải Hành Cuối Cùng, tôi được mời sang San Jose để cùng nhiều sĩ quan Hải Quân V.N.C.H. góp ý với ban tổ chức. Trong dịp này, tôi được anh Phạm Phú Nam – Giám Đốc Dansinh Media Network – phỏng vấn. Mời xem tại link này: https://www.diepmylinh.com/tam-tinh-nguoi-linh.

Trong thời gian ngắn lưu lại San Jose, tôi được bạn hữu giới thiệu Việt Nam Nhật Báo, chủ nhiệm là ông Nguyễn Thiện Căn và chủ bút là nhà báo Trần Nghĩa Sĩ. Từ đó, tôi gửi bài đến Việt Nam Nhật Báo. Và thỉnh thoảng tôi cũng gửi bài đến báo Đối Lực bên Canada – do tiến sĩ Nguyễn Bá Long điều hành.

Bạn Nguyễn Đăng Dự – nguyên hiệu trưởng trường trung học công lập Pleiku – ngày xưa học cùng lớp với tôi tại trường Võ Tánh, điện thoại thăm và cho tôi hay rằng Dự rất ngạc nhiên khi đọc bài của Điệp Mỹ Linh trên báo Diều Hâu tại Florida, do nhà văn Uyên Sơn, nhà báo Vũ Hồng và nhà thơ Lê Thùy Liên chủ trương. Thế là tôi liên lạc cảm ơn và gửi bài đến báo Diều Hâu.

Khi Minh qua đời, nhà thơ Túy Hà – đương kim chủ tịch Văn Bút Nam Hoa Kỳ – sáng tác nhiều bài thơ rất tuyệt vời, tặng Điệp Mỹ Linh. Mời xem link https://www.diepmylinh.com/tuy-ha…

Để cảm tạ thịnh tình của anh Túy Hà, tôi gửi bài đến Tin Văn/Tạp Chí Văn Học Nghệ Thuật Trầm Hương thuộc Trung Tâm Văn Bút Nam Hoa Kỳ. Tôi cũng tham dự những bữa liên hoan của Văn Bút Nam Hoa Kỳ – chỉ với tư cách như một người bạn văn.

Chính trong những bữa liên hoan do Văn Bút Nam Hoa Kỳ tổ chức, tôi được quen với nhiều ngòi bút trẻ, như: Nhà văn/nhà thơ/nhạc sĩ Huy Tâm Dương Thượng Trúc, nhà thơ Yên Sơn, nhà thơ Phạm Tương Như, nhà thơ Vĩnh Tuấn, nhà văn/nhà thơ Song Thy, v.v…

Sau đó, anh Huy Tâm Dương Thượng Trúc thực hiện youtube Điệp Mỹ Linh 55 Năm Cầm Bút để tặng tôi. Khi tác phẩm Chỉ Còn Là Kỷ Niệm được Amazon phát hành, anh Huy Tâm Dương Thượng Trúc thực hiện youtube giới thiệu tác phẩm Chỉ Còn Là Kỷ Niệm của Điệp Mỹ Linh. Mời xem hai links sau đây:

*.- https://www.youtube.com/watch?v=nOd60LidhWs&-feature=youtu.be

*.- https://www.youtube.com/watch?v=wILjFd3sLVQ.

Khi nhà văn Dương Thượng Trúc hoàn tất tập truyện thứ hai – Mắt Ngọc – Điệp Mỹ Linh viết bài giới thiệu tác phẩm này.

Trong lần ra mắt tác phẩm Việt Nam và Hoa Kỳ Trong Chiến Tranh Lạnh, tác giả – cựu đại tá Thiết Giáp Hà Mai Việt – nhờ Điệp Mỹ Linh giới thiệu phần tiểu sử của Ông.

Gần đây, tôi thấy trên Internet ba bài của Điệp Mỹ Linh được ba độc giả – chưa quen/chưa được liên lạc hoặc gặp nhau – thực hiện youtubes. Xin phép được ghi quý danh của ba vị độc giả tốt bụng vào bài này như lời cảm tạ chân thành của Điệp Mỹ Linh.

*.- https://www.youtube.com/watch?v=nyvnnJzT-sI0 do VNTB thực hiện.

*.-https://www.youtube.com/watch?v=HWZ-tWuuPqk8 do #DiemBlog thực hiện.

*.- https://www.youtube.com/watch?v=xN1zCzch-kRs do Phương Lê thựa hiện.

Sau khi tập truyện Dáng Xưa được phát hành, nhà văn/nhà thơ/nhạc sĩ Huy Tâm Dương Thượng Trúc và nhà thơ Phạm Tương Như cùng cô Quỳnh Chi và cô Quỳnh Vân đã đọc truyện ngắn Dáng Xưa, trong chương trình sáng tác mới, của Hệ Thống Truyền Thông Việt Nam Hải Ngoại từ Hoa Thịnh Đốn.

Với những dòng chữ trang trọng này, Điệp Mỹ Linh thành tâm tưởng nhớ và biết ơn những ngòi bút đàn anh/đàn chị cũng như những ngòi bút trẻ – mà Điệp Mỹ Linh hân hạnh được quen biết – nay không còn nữa!

Sự "ra đi" từ từ của những ngòi bút nổi tiếng trong cộng đồng người Việt hải ngoại làm tôi buồn bao nhiêu thì khi thấy báo giấy cứ từ từ đình bản tôi cũng xót xa bấy nhiêu!

Niềm xót xa trong tôi vơi dần khi nhiều websites và facebooks trên internet như: VietNamvanhien, Lyhuong, HonVietUK, Vantuyen/Quanvan, Thuy-dien-thivanViet.de, Nuiansongtra, Hoangsaparacels, HQVNCH.com, nhayduwdc.org, HungViet, Saigon Ocean, Sangtao, Dongsongcu/Bienxua/Bencu, Bienkhoi, Vanhoccoinguon, NguyetsanVietnam, Hoangdieubaxuyen, Tongphuochiep, Danlambao, Vietbao, Vanbutnamhoaky, Daihocsupham, Namuctuanbao, Acdieu, navygermany. gerussa.com, yeunuocVietNam, Quyền Được Biết, Chuvuongmieng, Nguyenhuehaingoai, Chính Nghĩa, Truclamyentu/quansu, v.v…đều vui lòng phổ biến tác phẩm của Điệp Mỹ Linh.

Căn cứ vào emails/thư của độc giả gửi đến tôi, tôi rất vui khi thấy rằng số độc giả online không bị giới hạn không gian như báo in. Vui hơn nữa là gần đây, tôi được liên lạc thường xuyên với chị Tuyết Mai và được gặp lại vị chủ nhiệm đầu tiên – anh Thanh Trúc, năm nay 93 tuổi, vẫn còn lái xe – của báo Ngày Nay, Houston.

Trước khi dừng bút, tôi xin trân trọng gửi đến quý độc giả xa/gần cũng như quý bạn hữu của tôi lời biết ơn chân thành nhất; vì quý vị và quý bạn hữu đã đọc và yêu thích tác phẩm của tôi! Tôi cũng vô cùng trân quý sự liên hệ tốt đẹp giữa quý vị Chủ Nhiệm/Chủ Bút/Webmasters và Điệp Mỹ Linh; và tôi cũng thành thật biết ơn các báo/websites/facebooks đã tự động trích đăng truyện/bài của Điệp Mỹ Linh trong suốt thời gian dài.

Ước mong sự liên hệ tốt đẹp này sẽ được tiếp tục bền lâu.

Nỗi Niềm của Một Phụ Nữ

Là một phụ nữ thuộc vào một gia đình còn mang nặng tập quán cổ truyền, tôi biết vị trí quan trọng nhất của tôi là cái bếp và gia đình. Không bao giờ tôi có tham vọng muốn vượt ra khỏi vị trí đó. Nhưng hoàn cảnh đã đưa đẩy tôi và nội tâm đã thôi thúc tôi, cho nên tôi phải viết ra những suy tư/những cảm nhận/những ray rứt cũng như những trăn trở của người phụ nữ Việt-Nam trong thời chiến và sau cuộc chiến.

Trong thời chiến, nếu thanh niên Việt-Nam đã hy sinh tuổi trẻ, hay một phần cơ thể, hoặc chính mạng sống của họ thì phụ nữ Việt-Nam cũng góp phần vào sự hy sinh đó bằng trái tim héo mòn và sự hy sinh bền bỉ; bởi vì, khi một người Lính gục ngã ngoài chiến địa thì một nơi chốn nào đó, trái tim của một phụ nữ – có thể là của Mẹ/của em gái/của người tình hay của người vợ – cũng nát tan!

Và sau cuộc chiến, phụ nữ Việt-Nam cũng đã bị cộng sản Việt Nam (csVN) vùi dập dưới mọi hình thức; vì chồng và Cha đều bị csVN đày đọa trong các trại cải tạo!

Tuy may mắn không rơi vào vị thế đau buồn của những phụ nữ đó, nhưng tâm hồn tôi lúc nào cũng mang nặng hình ảnh đau thương mà trong những lần tháp tùng theo các cuộc hành quân hỗn hợp – dưới sự chỉ huy của Hải-Quân Trung-Tá Hồ-Quang-Minh – chính mắt tôi đã trông thấy.

Vì đã thấy được những gì Người Lính Việt-Nam Cộng-Hòa (VNCH) phải trực diện, tôi hiểu rằng: Không có bút mực nào và cũng không có nhà văn nào đủ khả năng để viết cho hết sự tàn bạo của chiến tranh/sự phi nhân của cuộc chiến, cùng với sự chiến đấu can cường/ liều lĩnh đến độ phi thường của người Lính VNCH. Khi bị xâm lăng, người Lính VNCH chống trả mãnh liệt. Nhưng khi tiếng súng dứt rồi, người Lính VNCH trở về với bản chất bao dung, độ lượng của mình.

Thật vậy! Không biết bao nhiêu lần tim tôi đã mềm đi khi thấy anh y tá VNCH trao cho anh tù binh Việt-cộng mấy viên thuốc kiết ly; hoặc khi anh y tá VNCH băng bó vết thương và chích thuốc cầm máu cho anh tù binh Việt-cộng. Tôi cũng đã bồi hồi xúc động trước cảnh người Lính VNCH mồi sẵn điếu thuốc quân tiếp vụ rồi gắn vào môi anh tù binh thuộc bộ đội miền Bắc xâm nhập hoặc anh du kích Mặt-Trận Giải-Phóng Miền Nam.

Nhưng rồi niềm xúc động trong tôi bỗng biến thành phẫn nộ khi tôi thấy nơi bãi đáp dã chiến hay là nơi đoàn giang đỉnh đang ủi bãi, từng cơ thể bê bết máu của người Lính VNCH đang được chuyển lên trực thăng hoặc lên mấy chiếc giang-tốc-đỉnh để tải thương.

Không biết bao nhiêu lần tôi đã khóc khi nhìn theo mấy chiếc giang đỉnh chở đầy xác người mà quân phục của họ là quân phục của người Lính VNCH! Cũng không biết bao nhiêu lần tôi đã kinh hãi và đớn đau khi thấy mấy anh Người Nhái lặn xuống sông sâu, vớt lên những thây người đã ươn sình, căn phồng trong bộ quân phục tác chiến Hải-Quân – những quân nhân này đã chết theo tàu khi chiến đỉnh bị mìn! Những lần giang đoàn tiếp cứu các đơn vị dọc bờ sông, thần kinh tôi đã căn cứng, trí óc tôi gần như tê liệt khi thấy vợ con của các anh Nghĩa-Quân trong đồn ngất lịm bên những thây người không toàn vẹn!

Chính những lúc đó lòng tôi vô cùng căm phẫn khi nghĩ đến những lời chỉ trích vô trách nhiệm của một vài tờ báo hoặc của vài cá nhân tự nhận là trí thức đã dành cho người Lính VNCH. Tôi muốn gào lên: *"Ai đổ máu nơi này để các anh chị bình yên nơi đô thị, được sum vầy với gia đình, được cắp sách đến trường rồi ung dung viết báo xỏ xiên!"*

Ngày đó tôi muốn gào lên như vậy. Bây giờ, tuy cuộc chiến đã tàn, nhưng khi khơi lại những hình ảnh đau thương, quần quại ấy, lòng tôi cũng vẫn ngùn ngụt mối tình cảm xưa. Và xin quý vị cho phép tôi được gào lên: *"Bất cứ người nào ăn hạt cơm miền Nam, uống ngụm nước bên này bờ Bến-Hải đều cũng phải chịu ơn người Lính VNCH!"*

Tôi nghĩ, sau này, dù người viết sử có thiên vị đến đâu chăng nữa, họ cũng không thể không xác định rằng: Ngoài vũ khí cá nhân, người Lính VNCH còn có trái tim đầy ắp tình đồng loại và nghĩa đồng bào. Người Lính VNCH chỉ giết để khỏi bị giết chứ người Lính VNCH không hề *"Thề phanh thây uống máu quân thù"* (1) như anh bộ đội miền Bắc đã được hun đúc từ tấm bé.

Tuy biết rằng sự hy sinh của người Lính VNCH là vô biên/là bất tận và khả năng chữ nghĩa của tôi cũng chỉ giới hạn ở mức độ nào đó, tôi cũng cố găng viết ra những u uẩn/ những thống khổ mà người Lính VNCH và vợ con của họ phải gánh chịu suốt cuộc chiến tương tàn và sau khi cuộc chiến kết thúc vì sự bội ước của csVN. Vì vậy, không có một tác phẩm nào của tôi mà hình ảnh người Lính VNCH không được trang trọng lồng vào trong ấy. Truyện dài Sau Cuộc Chiến của tôi là một điển hình. Ngay trang đầu của tác phẩm ấy tôi đã đề câu: *"Để biết ơn Người Lính Việt-Nam Cộng-Hòa."*

Ngoài việc nói lên sự chiến đấu hào hùng cũng như tinh thần bất khuất của người Lính VNCH trong cuộc chiến và trong trại cải tạo, tôi còn viết rất nhiều và sẽ viết mãi về những mảnh đời đã trực tiếp hay gián tiếp chịu ảnh hưởng nặng nề của cuộc chiến.

Đó là nói chung về người Lính VNCH. Bây giờ xin quý vị cho phép tôi được nói về một quân chủng thầm lặng, nhưng những hoạt động quân sự của quân chủng đó trên sông rạch đã làm cho bộ đội miền Bắc xâm nhập hay du kích Mặt-Trận Giải-Phóng Miền Nam phải khiếp đảm. Trong hải phận Việt-Nam quân chủng đó cũng đã làm cho thế giới cảm phục khi quân chủng đó dám chống cự với anh Tàu Cộng khổng lồ để bảo vệ lãnh thổ, trong trận hải chiến Hoàng-Sa, ngày 19-1-1974. Và ở vùng cận duyên, quân chủng đó cũng đã làm cho không biết bao nhiêu triệu người trên thế giới xúc động, bàng hoàng trong những cuộc di tản đẩm máu và nước mắt từ tháng Ba cho đến hết tháng Tư năm 1975. Và rồi, dù đã mấy mươi năm qua, ai trong chúng ta có thể quên được niềm buồn tủi, nỗi lo âu khi nhìn đoàn tàu què quặt tiến mà phía trước không định hướng, phía sau không lối về và chung quanh chỉ thấy một màu xanh thẩm của đại dương!

Đại đơn vị mà tôi muốn đề cập là quân chủng Hải-Quân Quân-Lực VNCH.

Tôi viết nhiều về Hải-Quân VNCH không phải vì tôi thuộc vào đại gia đình Hải-Quân mà chỉ vì tôi đã thấy được rằng: Sau khi thay bộ quân phục tiểu lễ trắng, người Lính Hải-Quân là một người Lính thuần túy và là người Lính đúng nghĩa nhất. Thật vậy! Người lính Hải-Quân cũng đi tuần, cũng đi kích. Đó là các đơn vị tác chiến như Giang-Đoàn Xung-Phong, Giang-Đoàn Tuần-Thám, Giang-Đoàn Thủy-Bộ, Giang-Đoàn Ngăn-Chận. Người lính Hải-Quân cũng xông vào lòng địch. Đó là Liên-Đoàn Người Nhái và các toán Biệt-Kích xâm nhập Bắc-Việt bằng PT (Motor Torpedo Boat). Ngoài ra Hải-Quân cũng còn là mục tiêu "ngon lành" nhất cho Việt Cộng đánh lén/đặt thủy lôi/bắn sẻ. Đó là những giang đỉnh tuần tiểu trong sông hẹp và chiến hạm vận chuyển trên sông.

Nếu Hải-Quân chỉ là những anh chàng đẹp trai/hào hoa trong những bộ tiểu lễ trắng phau thì làm thế nào chúng ta có được chiến thắng Vũng-Rô mà Duyên-Đoàn 24 là đơn vị lập công đầu? Làm thế nào chúng ta có được trận Ba-Động với những con kình ngư thuộc Duyên-Đoàn 36 và Giang-Đoàn 23 Xung-Phong? Làm thế nào chúng ta có được Giang-Đoàn 24 Xung-Phong và Giang-Đoàn 30 Xung-Phong – hai đơn vị Hải-Quân thiện chiến đã khuấy động vùng Tam-Giác-Sắt thuộc cục R của Việt-Cộng? Làm thế nào chúng ta có được Giang-Đoàn 26 Xung-Phong mà chiến tích còn tại kinh Trèm-Trẹm (kinh Thứ) và tại kinh Ngang? Làm thế nào chúng ta có được trận thư hùng với Trung Cộng tại Hoàng-Sa để Hạm-Trưởng Ngụy-Văn-Thà chìm vào biển sâu cùng với HQ 10? Làm thế nào chúng ta có được Giang-Đoàn 43

Ngăn-Chận với mặt trận Tuyên-Nhơn rực lửa của những ngày tháng Ba và tháng Tư năm 1975; để rồi sau đó, Hải-Quân Thiếu Tá Lê-Anh-Tuấn – vị chỉ-huy-trưởng gan dạ và liều lĩnh nhất của Giang-Đoàn 43 Ngăn-Chận – phải tuẫn tiết trên sông Vàm-Cỏ-Tây vào đêm 30 tháng Tư rạng ngày 01 tháng 05 năm 1975? Làm thế nào chúng ta có được phục quốc quân Đặng-Hữu-Thân, người xuất thân khóa 12 trường Sĩ-Quan Hải-Quân Nha Trang và Anh đã bị Việt-Cộng xử bắn tại trại tù A-30? Làm thế nào chúng ta có được những Biệt-Hải kiệt xuất như Nguyễn-Duyện, người đã xâm nhập Bắc-Việt 65 lần bằng đường biển và Nguyễn-Văn-Kiệt, người từng xâm nhập Bắc-Việt 72 lần, cũng bằng đường biển? v. v...

Ngoài những điều tôi đã nêu trên, Hải-Quân VNCH còn là một quân chủng có truyền thống rất tốt đẹp. Chính nhờ ý thức truyền thống và tinh thần kỷ luật cao cho nên đến giờ phút cuối cùng – trong khi các quân binh chủng khác đã rả ngũ – hệ thống chỉ huy của Hải-Quân VNCH cũng vẫn còn được tôn trọng và quân số tại các đơn vị cũng như chiến hạm vẫn không sai biệt. Nhờ vậy, Hạm-Đội Hải-Quân VNCH mới hoàn tất được trách nhiệm trước lịch sử khi thực hiện những cuộc di tản đầy tính chất bi hùng từ cửa Thuận-An cho đến Phú-Quốc; rồi từ Việt-Nam cho đến Subic Bay, năm 1975.

Trong quân sử Hải-Quân Việt-Nam và Hải Quân quốc tế chưa có cuộc lui quân nào mà chiến hạm cũng như quân trang, quân dụng được bảo toàn gần như toàn vẹn như cuộc rút quân của Hải-Quân VNCH.

Bằng vào những ngày phiêu bạt cùng các đơn vị Hải-Quân tác chiến trên sông rạch – thuộc Vùng IV Sông Ngòi – hoặc cùng các Duyên-Đoàn trong vùng cận duyên và những ngày cuối tháng Tư năm 1975 lênh đênh trên Dương-Vận-Hạm Nha-Trang, HQ 505, để nhìn Phan-Rang bỏ ngõ, để nghe Phan-Thiết kêu cứu, tôi đã hiểu được khá nhiều về những hoạt động của Hải-Quân VNCH. Vì vậy, đối với tôi, Hải-Quân VNCH lúc nào cũng là biểu tượng của sự tươi trẻ, của sự chiến đấu không ngừng nghỉ, của tình thương bao la và của một truyền thống cao đẹp. Do lòng quý mến đó, cách nay không lâu, tôi đã vượt qua rất nhiều khó khăn và cản trở để thực hiện cuốn tài liệu lịch sử Hải-Quân VNCH Ra Khơi, 1975.

Tôi nghĩ, mai sau, dù lịch sử Việt-Nam có bị "bên thắng cuộc" bóp méo đến thế nào đi nữa thì những điều do tôi ghi lại một cách vô tư trong cuốn tài liệu Hải-Quân VNCH Ra Khơi, 1975 cũng sẽ cung ứng nhiều điều hữu ích cho những ai muốn tìm hiểu sự thật.

Nếu không có sự hỗ trợ tích cực của quý vị trong đại gia đình Hải-Quân VNCH, tôi nghĩ, không thể nào tôi có thể thực hiện được cuốn Hải-Quân VNCH Ra Khơi, 1975 một cách đầy đủ và chính xác như vậy. Ngoài những điều do chính tôi tra cứu và ghi lại một cách rất trung thực, cuốn tài liệu này còn có những bài viết rất giá trị về các quân trường Hải-Quân Pháp và Hải-Quân Hoa-Kỳ do quý vị sĩ quan cao cấp Hải-Quân như cựu Đề-Đốc Lâm-Ngương-Tánh, cựu Phó Đề-Đốc Đặng-Cao-Thăng, cựu Hải-Quân Đại-Tá Nguyễn-Ngọc-Quỳnh, cựu Hải-Quân Trung-Tá Trần-Trúc-Việt và một sĩ quan Hải-Quân Hoa-Kỳ gốc Việt – cựu Hải Quân Đại Úy Hoàng Quốc Tuấn.

Nhân đây, xin ban tổ chức cũng như quý vị quan khách hiện diện cho phép tôi được cảm ơn quý vị trong đại gia đình Hải-Quân VNCH đã giúp tài liệu hoặc cho phép tôi phỏng vấn hoặc góp bài để tôi hoàn tất cuốn Hải-Quân VNCH Ra Khơi, 1975.

Trước khi dứt lời, tôi xin được cảm ơn ban tổ chức và tôi cũng xin trân trọng cảm ơn quý vị quan khách; vì quý vị đã lắng nghe những lời chân thành nhất của một phụ nữ rất nặng tình với Người Lính VNCH. (2)

----

(1) Quốc ca của csVN.
(2) Bài phát biểu cảm tưởng này được đọc trong ngày Đại Hội của Tổng Hội Hải-Quân và Hàng Hải Thương Thuyền, tại San Jose

Nỗi Niềm của Người Vợ Lính

Từ ngày trở thành vợ của một "ông Hải Quân" và được tháp tùng những cuộc hành quân hỗn hợp với các quân/binh chủng bạn, tâm nguyện của tôi là: Viết về những chiến tích có thật, sự dũng cảm có thật và những anh hùng có thật trong cuộc chiến giữa người Lính Việt Nam Cộng Hòa (VNCH) và người bộ đội cộng sản Việt Nam (csVN).

Vì tâm nguyện và cũng vì bản tính thẳng thắn, tôi đã công khai, phản bát nhà báo Bill Hayton – làm việc cho đài BBC – khi nhà báo Bill Hayton nhận xét không trung thực về cuộc Hải Chiến Hoàng Sa. Mời xem link này:

https://chauxuannguyen2020.org/2018/01/18/gop-y-voi-bill-hayton-ve-tran-hai-chien-hoang-sa-19-01-1974-hoang-sa-battle/

Trong bài đăng trên link chauxuannguyen2020 cũng như qua nhiều tác phẩm của tôi, có lẽ, không một người Việt Nam tỵ nạn chính trị nào nỡ lòng "ghép" tôi vào "tội" có ý "hòa hợp hòa giải" với csVN; cố tình "đánh phá", tạo hiềm khích trong sự việc Hội Hải Quân Cửu Long tại California có mỹ ý xây Tượng Đài Hoàng Sa.

Vấn đề Tượng Đài Hoàng Sa tạo nhiều tranh luận.

Tôi chân thành và trân trọng mong độc giả đừng nhìn đồ án Tượng Đài Hoàng Sa và sự tranh luận này là chuyện nội bộ của Hải Quân VNCH mà xin quý vị độc giả hãy nhìn dự án Tượng Đài Hoàng Sa như là sự xác quyết mang tính cách lịch sử của người miền Nam Việt Nam đối với thế giới về quần đảo Trường Sa – phần thân thể lạc loài của Mẹ Việt Nam. Sự tranh luận này chỉ với mục đích giữ được sự toàn vẹn lãnh thổ Việt Nam và tạo sự đoàn kết giữa các quân binh chủng Quân Lực VNCH.

Một số độc giả cho rằng tình trạng chính trị của đảo Trường Sa cũng giống các đảo Phú Quốc, Côn Sơn, Cù Lao Chàm, v.v…Cho nên, nếu ghi Trường Sa lên Tượng Đài Hoàng Sa thì cũng phải ghi tên các đảo khác lên Tượng Đài.

Quan niệm trên đây của một số độc giả đã vô tình giúp UBXDĐTNHS nêu lý do: Không đủ chỗ trên Tượng Đài để ghi tên ngần ấy đảo; "dẹp" hết, chỉ ghi Hoàng Sa thôi!

Riêng những người thường theo dõi thời cuộc thì hiểu rằng: Hiện tại, chỉ có quần đảo Trường Sa – một quần đảo có liên hệ mật thiết và trực tiếp đến trận Hải Chiến Hoàng Sa, năm 1974 – mới "rơi" vào tình trạng tranh chấp giữa Trung cộng và csVN; còn các đảo Phú Quốc, Côn Sơn, Cù Lao Chàm, v.v… vẫn bình yên.

Lúc nào người csVN cũng "đổ tội" cho VNCH làm mất Hoàng Sa. Riêng tôi, tôi nghĩ, ba chữ "không giữ được" là chính xác và công bằng cho Hải Quân VNCH hơn là hai chữ "làm mất".

Tại sao Hải Quân VNCH không giữ được Hoàng Sa?

Dù không phải là người Lính có số quân, không phải là người chuyên theo dõi hoặc phân tích thời sự, cũng không phải là một chính trị gia – nhưng nhờ tôi thường nghe Ba tôi cũng như Bố của các con tôi bàn về thời sự với bạn hữu – tôi hiểu rằng Hải Quân VNCH không giữ được Hoàng Sa vì hai yếu tố chính mà tôi đã nêu ra trong một bài đã phổ biến trước đây.

1.- Năm 1973, sau khi ký hiệp định ngưng chiến tại Paris, Mỹ rút quân và cắt đứt mọi viện trợ – gồm có vũ khí, quân dụng, quân trang và tiếp liệu – cho VNCH trong khi csVN vẫn lén lút, âm thầm nhận viện trợ quân sự từ Trung cộng và Nga.

Ông Bà mình thường bảo: "Hai 'thằng' đánh một, không chột cũng què". Thời điểm đó, 1973, VNCH bị đến ba "thằng" – csVN, Trung công và Nga – hùa nhau đánh thì một mình VNCH đánh lại nổi hay không?

2.- Ngoài sự chênh lệch về lực lượng giữa Hải Quân VNCH và Hải Quân Trung cộng tại Hoàng Sa, Hải Quân VNCH còn bị csVN cố tình tạo điều kiện cho Trung cộng thắng trận Hoàng Sa – để csVN đổi lấy vũ khí, sau này thôn tính miền Nam Việt Nam – bằng phương thức: Ngay ngày hiệp định đình chiến Paris có hiệu lực, 28/01/1973, csVN mở nhiều cuộc xâm nhập tàn khốc từ Bắc vào Nam Việt Nam.

Khi csVN mở các cuộc cường tập quy mô trên khu vực nào của VNCH thì Hải Quân VNCH cũng phải chuyển quân, quân trang, quân dụng đến yểm trợ các chiến trường đó.

Trên đây là hai lý do chính đã chi phối lực lượng Hải Quân VNCH. Vì sự chi phối quá nặng nề, Hạm Đội Hải Quân VNCH buộc phải đưa HQ10 – một chiến hạm đang đại kỳ (sửa chữa, tu bổ, thay thế những bộ phận hư hỏng trầm trọng) – ra Hoàng Sa.

Thế thì sự việc Hải Quân VNCH không giữ được Hoàng Sa có phải chỉ do tiềm năng quân sự của Hải Quân VNCH hay là vì csVN lén lút và âm thầm phản bội Tổ Quốc bằng cách "đâm vào mạn sườn" của VNCH để lực lượng Hải Quân VNCH bị phân tán, trở nên yếu kém trước kẻ thù Trung cộng?

Năm 1974, Hải Quân VNCH cùng một số Địa Phương Quân, Người Nhái, Thủy Quân Lục Chiến, v.v… đã chống lại sự xâm lăng của Trung cộng tại Hoàng Sa. Tôi rất hãnh diện về sự kiện lịch sử Hoàng Sa; vì trong đời tôi, Hải Chiến Hoàng Sa là cuộc chiến đầu tiên mà người Lính VNCH cùng thời đại với tôi đã hiên ngang chiến đấu chống lại sự xâm lược của ngoại xâm Trung cộng – kẻ thù truyền kiếp của dân tộc Việt Nam – vào vùng lãnh hải của miền Nam Việt Nam.

Sau khi niềm hãnh diện trong tôi lắng xuống, bình tâm trở lại, bản tính ngay thẳng trong tôi bừng lên và tôi nhận ra – trong tim tôi – tất cả quân nhân Quân Lực VNCH đều có cùng một vị thế rất đặc biệt và bình đẳng. Bất cứ một người Lính của quân binh chủng nào bị thương hoặc tử trận, lòng tôi cũng ngậm ngùi và biết ơn. Lòng biết ơn của tôi đối với Thương Binh VNCH được thể hiện một cách trực tiếp và âm thầm – với sự hỗ trợ của các con tôi – trong gần 30 năm qua. Lý do tôi viết nhiều về Hải Quân VNCH không phải tôi thiên vị Hải Quân VNCH mà chỉ vì tôi không biết/không hiểu nhiều về các quân binh chủng khác thuộc Quân Lực VNCH.

Từ tấm lòng tha thiết của tôi đối với Thương Binh và Tử Sĩ VNCH cùng bản tính thẳng thắn của tôi, tôi quan niệm – và cũng ước mong độc giả cũng có cùng ý niệm với tôi – rằng: Sự hy sinh mạng sống hoặc một phần thân thể của mỗi người Lính VNCH đều có giá trị ngang nhau; dù người Lính VNCH hy sinh mạng sống hoặc một phần thân thể của họ để chống lại kẻ nội xâm, csVN, hay là chống kẻ ngoại xâm, Trung cộng.

Từ quan niệm về giá trị sự hy sinh của người Lính VNCH phải được bình đẳng, tôi tự hỏi:

1.- Ai dám xác quyết rằng sự hy sinh của 74 Tử Sĩ Hoàng Sa là cao cả hơn sự hy sinh của muôn vàn quân nhân khác thuộc các quân binh chủng của Quân Lực VNCH tại các mặt trận rực lửa căm hờn như Căn Cứ Tống Lê Chân, Bình Long, An Lộc, Cổ Thành Quảng Trị, Pleime, Vũng Rô, Tân Cảnh, v.v… trong cuộc chiến tàn khốc vừa qua trên Quê Hương Việt Nam?

2.- Ai dám xác quyết rằng csVN không gián tiếp giúp Trung cộng trong sự thôn tính quần đảo Hoàng Sa?

3.- Ai dám xác quyết rằng cuộc hành quân Trần Hưng Đạo 48 – dưới sự chỉ huy trực tiếp của Hải Quân đại tá Nguyễn Văn May – do Hải Quân VNCH thực hiện tại Trường Sa không là nguyên nhân để Trung cộng không đưa lực lượng xuống chiếm luôn Trường Sa năm 1974?

4.- Ai dám xác quyết rằng những cuộc tuần tiễu của Hải Quân VNCH quanh Trường Sa và sự trấn thủ lưu đồn của Địa Phương Quân và Hải Quân VNCH tại Trường Sa là không có thật hay là không có giá trị?

5.- Ai dám xác quyết rằng thời điểm hiện tại – tháng 09 - 2019 – Trung cộng không tranh chấp với csVN để chiếm nốt Trường Sa của Việt Nam?

6.- Ai dám xác quyết rằng nếu Trường Sa không được Hải Quân VNCH trực tiếp xác nhận rằng VNCH đã từng có chủ quyền quần đảo Trường Sa thì tính cách pháp lý của Trường Sa vẫn được tôn trọng trước dư luận quốc tế?

Muốn biết chủ quyền của VNCH trên đảo Trường Sa được thực thi như thế nào, kính mời quý vị đọc đoạn phỏng vấn ngắn do Điệp Mỹ Linh thực hiện hôm nay – ngày 17 tháng 09 năm 2019, lúc 11:35 AM, giờ TX – với nhân chứng sống là Cựu Hải Quân đại tá Nguyễn Văn May, tốt nghiệp khóa V sĩ quan Hải Quân Nha Trang, nguyên Tư Lệnh Vùng V Duyên Hải.

ĐML.- Thưa anh, trước khi vào đề, tôi xin phép hỏi anh hai câu ngoại lệ, được không ạ?

Đt May.- Vâng, hỏi đi.

ĐML.- Thưa anh, tôi quan niệm rằng: Sự hy sinh của Người Lính VNCH – dù quân binh chủng nào, tại chiến trường nào và dưới dạng thức nào – cũng phải được tôn trọng và biết ơn một cách công bằng, không thiên vị. Anh nghĩ như thế nào về quan niệm của tôi.

Đt May.- Đúng rồi! Tôi có cùng quan điểm với Điệp Mỹ Linh.

ĐML.- Thưa anh, câu hỏi kế tiếp là: Tôi nghĩ, tử sĩ và Thương Binh VNCH được Tổ Quốc ghi ơn; còn những quân nhân may mắn sống sót, trở về từ bất cứ chiến trường nào trên lãnh thổ Việt Nam cũng rất xứng đáng nhận được sự quý trọng ngang nhau, không thiên vị; bởi vì, nhờ những quân nhân sống sót, trở về mà nền độc lập, tự do đầy nhân bản của miền Nam mới kéo dài được hơn 20 năm. Riêng anh, anh nghĩ như thế nào ạ?

Đt May.- Là một cựu quân nhân, tôi nhận thấy cấp bậc chỉ dùng để chỉ huy. Khi xung trận, mọi quân nhân đều chiến đấu như nhau; khi trở về, mọi quân nhân cũng nên được đối xử ngang nhau – ngoại trừ những quân nhân tạo được chiến công lớn thì được huy chương.

ĐML.- Dạ, cảm ơn anh. Bây giờ, anh vui lòng cho độc giả biết những gì anh có thể nhớ được về hành quân Trần Hưng Đạo 48.

Đt May.- Chỉ 10 ngày, sau khi Hải Quân VNCH không giữ được Hoàng Sa, Tổng Thống Nguyễn Văn Thiệu ra lệnh cho Hải Quân VNCH phải đem quân trấn giữ quần đảo Trường Sa để đề phòng Trung cộng – nhân cơ hội Hải Quân VNCH đang chỉnh đốn hàng ngũ sau trận Hoàng Sa – đưa quân tiến chiếm Trường Sa.

Bộ Tư Lệnh Hải Quân VNCH chỉ định tôi vào chức vụ Chỉ Huy Trưởng Hành Quân Trần Hưng Đạo 48; Hải Quân trung tá Lưu Trọng Đa là phụ tá.

Ngày 30 tháng 01 năm 1974, hành quân Trần Hưng Đạo 48 xuất phát từ Vũng Tàu – lãnh hải của Vùng III Duyên Hải – với 03 chiến hạm sau đây:

- Tuần Dương Hạm – WHEC – Trần Bình Trọng, HQ 5. (1)

- Hộ Tống Hạm Đống Đa II – PCE – HQ 07.

- Hải Vận Hạm Tiền Giang – LSM – HQ 405.

Về sau, hành quân Trần Hưng Đạo được tăng phái:

- Tuần Dương Hạm – WHEC – Phạm Ngũ Lão, HQ 15. (2)

- Tuần Dương Hạm – WHEC – Ngô Quyền, HQ 17.

- Dương Vận Hạm – LST – Mỹ Tho, HQ 800.

Quân của VNCH đổ bộ lên đảo Song Tử Tây – Southwest Cay – thuộc quần đảo Trường Sa, để lại Song Tử Tây một trung đội Địa Phương Quân, thuộc tiểu khu Bà Rịa trấn thủ. Từ đảo Song Tử Tây mọi người có thể thấy đảo Song Tử Đông, do Phi Luật Tân chiếm đóng.

Sau đó, quân của VNCH đổ bộ lên đảo Sơn Ca – Sand Cay island – gần đảo Nam Yết.

Tại đảo Nam Yết, một số quân nhân Hải Quân VNCH đã đồn trú tại đảo này từ lâu – với nhiệm vụ quan sát, theo dõi và báo cáo về Bộ Tư Lệnh Hải Quân VNCH những diễn tiến trong khu vực trách nhiệm – cho nên hành quân Trần Hưng Đạo 48 không "đổ" quân lên đảo này.

Ngày 03 tháng 02-1974, hành quân Trần Hưng Đạo cho quân đổ bộ lên đảo Trường Sa – Spratly island – một trung đội Địa Phương Quân được để lại, lo việc phòng thủ đảo này.

Cùng ngày, hành quân Trần Hưng Đảo đến đảo Sinh Tồn – Sin Cowe island – một trung đội Địa Phương Quân đổ bộ và ở lại trấn thủ đảo này.

Hành quân Trần Hưng Đạo đến đảo An Bang – Amboyna Cay; không thể đổ quân lên được, vì đảo An Bang chỉ toàn đá và đá.

Giữa tháng 03-1974, HQ 800 đưa đại đội Công Binh Kiến Tạo thuộc đơn vị Công Binh Kiến Tạo Hóc Môn ra quần đảo Trường Sa để xây nhà trên các đảo cho các đơn vị Địa Phương Quân vừa được hành quân Trần Hưng Đạo 48 cho đổ bộ ngày 03 tháng 02-1974 cư ngụ.

Trong chuyến hải hành đưa đại đội Công Binh Kiến Tạo ra Trường Sa, HQ 800 cũng đưa khoảng 100 sinh viên – dưới sự hướng dẫn của vị Viện Phó – thuộc trường đại học Kỹ Thuật Phú Thọ đến thăm các đảo đã được Hải Quân VNCH đỗ quân chiếm giữ.

ĐML.- Xin thành thật cảm ơn anh về những chi tiết quý hóa này. Kính chào anh.

Những sự việc trên đây đều có thật. Thế mà, bốn mươi lăm năm sau, sáu người trong chín vị của UBX-DĐTNHS và một vài vị đã trực tiếp hoặc gián tiếp liên hệ đến cuộc Hải Chiến Hoàng Sa đành đoạn "bức tử" Trường Sa!

Tôi đã viết bài tạp ghi Từ Hồ Chí Minh Đến "Bức Tử" Trường Sa. Tôi không muốn đề cập đến sự kiện đau lòng này nữa!

https://viettudomunich.org/2019/09/09/nguoi-viet-o-nha%cc%a3t-ban-xuong-duong-phan-doi-tq/

Nhưng, sáng nay, vào https://viettudomunich.org, đọc bản tin – được trích từ BBC – Người Việt Nam Ở Nhật Bản Xuống Đường Phản Đối Trung quốc và thấy tấm biểu ngữ chữ đen trên nền trắng: Hoàng Sa - Trường Sa Là Của Việt Nam, tôi lặng người, cảm nhận được nỗi đau dâng lên ngập lòng!

Không đau lòng sao được khi những người trẻ lớn lên dưới sự cai trị sắt máu của csVN, phải từ bỏ Quê Hương, Cha Mẹ và người thân để xuất khẩu lao động sang Nhật làm công nhân mà vẫn nghĩ về Hoàng Sa và Trường Sa với niềm thương yêu tha thiết đến như thế; còn tại Hoa Kỳ, sáu vị trong UBXDĐTNHS và vài vị có liên hệ gián tiếp hoặc trực tiếp đến trận chiến Hoàng Sa vẫn cứ "khư khư" giữ lập trường bức tử Trường Sa để trận Hải Chiến Hoàng Sa được ở vị thế độc tôn trên Tượng Đài!

Trận Hải Chiến Hoàng Sa, Hải Quân VNCH không thắng mà sáu vị trong UBXDĐTNHS và vài người từng liên hệ đến cuộc Hải Chiến Hoàng Sa cứ muốn chiếm vị thế độc tôn trên Tượng Đài. Thử đặt câu hỏi: Nếu UBXDĐTNHS và vài người liên hệ đến Hải Chiến Hoàng Sa mà thuộc vào đoàn quân VNCH – Nhảy Dù, Biệt Kích Dù 81, Thủy Quân Lục Chiến, Thiết Giáp, Bộ Binh, v.v… – đã tái chiếm Cổ Thành Quảng Trị, ngày 16 tháng 9 năm 1972, rồi toán Cọp Biển của tiểu đoàn 6 Thủy Quân Lục Chiến dựng cờ Việt Nam Cộng Hòa trên Cổ Thành Quảng Trị, thì tinh thần độc tôn của quý vị UBXDĐTNHS và các vị có liên hệ đến Hải Chiến Hoàng Sa còn cao đến mức nào nữa?

Nếu UBXDĐTNHS và vài vị từng có liên hệ đến Hải Chiến Hoàng Sa muốn giữ tính cách độc tôn của trận Hải Chiến Hoàng Sa trên Tượng Đài thì kính mời quý vị hãy đọc kỷ đoạn phân tích sau đây:

Trên Tượng Đài gồm 4 chữ Tổ Quốc Ghi Ơn, bản đồ Việt Nam được phủ cờ VNCH từ Bắc xuống Nam.

Xin hỏi quý vị: Từ vỹ tuyến 17 trở lên thuộc về csVN từ năm 1954, UBXDĐTNHS phủ cờ VNCH lên phần đất của csVN rồi viết Tổ Quốc Ghi Ơn là UBX-DĐTNHS ghi ơn ai? Không lẽ quý vị UBXDĐTNHS "buộc" Tổ Quốc phải ghi ơn csVN – những kẻ đã dày xéo non sông, đưa dân tộc vào hai cuộc chiến khốc liệt vừa qua và sau cuộc chiến cũng chính những kẻ này đã bán từng phần đất của Quê Mẹ cho Trung cộng?

Đó là chưa kể, dư luận viên csVN có thể tuyên truyền, phỉ báng quý vị UBXDĐTNHS – nhưng, nhân cơ hội này dư luận viên csVN sẽ không dùng danh xưng UBXDĐTNHS để phỉ báng mà dư luận viên csVN sẽ dùng danh từ chung Hải Quân VNCH để mạ ly – về tính cách không ngay thật trên Tượng Đài với câu hỏi: VNCH có chủ quyền miền Bắc vỹ tuyến 17 ngày nào đâu mà bây giờ ghi ơn miền Bắc và bộ đội ông Hồ?

Nếu quý vị UBXDĐTNHS lập luận rằng: UBX-DĐTNHS muốn ghi ơn các quân nhân VNCH đã tử trận trong những phi vụ Bắc phạt – như đại tá Không Quân Phạm Phú Quốc – hoặc những cuộc xâm nhập Bắc Việt bằng đường biển do Biệt Hải hoặc Người Nhái VNCH thực hiện, v.v… thì tôi hoan hô. Họ rất xứng đáng để được chúng ta ghi ơn; dù rằng những Người Hùng này không chiếm cứ được miền Bắc, không tạo được chủ quyền cho VNCH trên lãnh thổ Bắc Việt.

Những người không tạo được chủ quyền cho VNCH trên lãnh thổ Bắc Việt mà ngày nay cũng vẫn được UBX-DĐTNHS tưởng nhớ, ghi ơn.

Đây là điểm son đáng ghi nhớ của UBXDĐTNHS.

Còn những người đã thật sự tạo được chủ quyền và bảo vệ chủ quyền trên quần đảo Trường Sa thì tại sao UBXDĐTNHS lại cố tình phủ nhận?

Không lẽ thời gian xa lìa quân ngũ đã làm cho bản tính ngay thẳng, công bằng, lịch lãm, cao thượng của Người Lính VNCH phai mờ trong tâm hồn của qúy vị?

Không lẽ năm 1974 csVN "đâm vào mạn sườn" của VNCH làm cho Hải Quân VNCH không giữ được Hoàng Sa cho nên bây giờ – đang có sự tranh chấp quyết liệt giữa Trung cộng và csVN – quý vị trong UBXDĐT-NHS muốn trả thù csVN bằng cách cố tình tạo sơ hở pháp lý quốc tế là VNCH không từng có chủ quyền đảo Trường Sa để csVN thua Trung cộng?

Nếu câu hỏi trên đây là đúng thì quý vị đã vô tình "nâng" csVN lên ngang hàng với quý vị.

Nếu tôi may mắn được đặt vào vị thế UBXDĐTN-HS hoặc nếu tôi được vinh dự là một trong những quân nhân trở về sau trận Hải Chiến Hoàng Sa, tôi sẽ đặt sự toàn vẹn lãnh thổ Việt Nam, tinh thần dân tộc và tình yêu Quê Hương lên trên tất cả mọi điều – kể cả "cái tôi" và sự độc tôn "phe nhóm" của tôi.

Viết đến đây tôi chợt nhớ một câu trong Thông Báo Số 4 của UBXDĐTNHS do ông Trương Văn Song ký ngày 29 tháng 08-2019. Câu ấy như thế này: "…Với mục đích thứ nhất, hình ảnh quần đảo Trường Sa không đủ tiêu chuẩn để UBXDĐTNHS phải ghi vào. Hơn thế nữa, đây là Đài Tưởng Niệm Hoàng Sa, không phải là Đài Tưởng Niệm Trường Sa hay Hoàng sa-Trường Sa…"

Thế miền Bắc Việt Nam đạt được tiêu chuẩn nào mà UBXDĐTNHS ghi miền Bắc Việt Nam vào Đài Tưởng Niệm?

Nếu UBXDĐTNHS biện luận rằng: Đã vẽ bản đồ Việt Nam thì phải vẽ trọn vẹn hai miền Bắc Nam. Vâng, tôi đồng ý!

Nhưng, thật không may! Mẹ Việt Nam bị "dị dạng" vì "ngón chân út" của Mẹ – đảo Trường Sa – bị…chỉa ra xa, "mang giày" không được. Thế là UBXDĐTNHS đành "cắt" "ngón chân út" của Mẹ Việt Nam để Mẹ Việt Nam "hội đủ điều kiện" hiện diện lên Tượng Đài Hoàng Sa, có phải không?

Trong sự thanh luận này không ai yêu cầu UBX-

DĐTNHS phải thay đổi tên của Tượng Đài hoặc thêm hai chữ Trường Sa có cùng kích thước, cùng vị trí với hai chữ Hoàng Sa.

Dư luận chỉ yêu cầu UBXDDĐTNHS thêm trên Tượng Đài một chấm nhỏ với hai chữ Trường Sa – cũng nhỏ – ngay vị trí đích thực của Trường Sa trong lãnh hải của Việt Nam.

Nếu UBXDDĐTNHS lập luận rằng: Dù chỉ thêm một chấm nhỏ Trường Sa lên Tượng Đài thì chấm nhỏ đó cũng sẽ làm loãng đi ý nghĩa hào hùng của trận Hải Chiến Hoàng Sa thì quả thật UBXDDĐTNHS và vài người có liên hệ đến Hải Chiến Hoàng Sa đã "nâng" trận Hải Chiến Hoàng Sa cao hơn cả Tổ Quốc và sự toàn vẹn lãnh thổ Việt Nam!

Đã là Người Hùng thì dù chết cả ngàn năm vẫn là Người Hùng – như Đức Thánh Trần Hưng Đạo – Không phải là Người Hùng thì dù có liên hệ mật thiết với trăm ngàn cái bia tưởng niệm độc tôn thì cũng vẫn không phải là Người Hùng. Ông Bà mình có câu *"Trăm năm bia đá thì mòn; ngàn năm bia miệng vẫn còn trơ trơ"*!

Theo định luật thiên nhiên, csVN sẽ sụp đổ, thế hệ của chúng ta sẽ không còn và Tượng Đài Hoàng Sa chưa biết sẽ ra sao; nhưng sự độc tôn – gần như kiêu hãnh quá độ của UBXDDĐTNHS và vài người liên hệ đến Hải Chiến Hoàng Sa – về sự xây dựng Tượng Đài Hoàng Sa chắc chắn sẽ lưu lại ý niệm không tốt đẹp trong lòng đa số người Việt tỵ nạn và cựu quân nhân Quân Lực VNCH.

Nếu người Việt Nam tỵ nạn và cựu quân nhân VNCH – đa số đã góp ngân quỹ để xây Tượng Đài

Hoàng Sa – và UBXDĐTNHS tạo được ưu thế pháp lý để csVN thắng Trung cộng trong sự kiện tranh chấp chủ quyền quần đảo Trường Sa thì quần đảo Trường Sa vẫn thuộc về Quê Mẹ thân yêu.

Ngược lại, nếu mọi người im lặng, "đứng ngoài", để UBXDĐTNHS – dùng đồng tiền mồ hôi nước mắt của quý vị đã đóng góp cho đồ án Tượng Đài Hoàng Sa – bứt tử Trường Sa thì Trường Sa sẽ thuộc về Trung cộng và Việt Nam sẽ vĩnh viễn mất Trường Sa!

Nếu UBXDĐTNHS và quý vị có liên hệ đến Hải Chiến Hoàng Sa cũng vẫn không thay đổi lập trường thì tôi xin hỏi:

-.Năm 1974, Hải Quân VNCH không giữ được Hoàng Sa, người miền Nam lên án csVN phản quốc, giúp Trung cộng xâm lăng Hoàng Sa.

-.Năm 1975, Quân Lực VNCH không giữ được miền Nam, người Miền Nam đổ tội cho Hoa Kỳ bỏ rơi miền Nam.

-.Năm 2019, UBXDĐTNHS viện dẫn mọi lý lẽ không thực tế để quần đảo Trường Sa – phần đất của Ông Cha để lại – không được xuất hiện trên Tượng Đài!

Thế thì sự kiện bức tử Trường Sa ai sẽ chịu trách nhiệm?

Viết đến đây tự dưng màn ảnh computer trở nên nhạt nhòa trước mắt tôi. Vừa quệt nước mắt tôi vừa xót xa nghĩ đến sáu chữ Tổ Quốc, Danh Dự, Trách Nhiệm mà ngày xưa Người Lính VNCH nào cũng nêu cao!

Để xua tan niềm thất vọng, tôi xin mượn lời của Tổng

Tổng Thống Ronald Reagan để nói lên nỗi niềm của người vợ Lính đối với mảnh đất lạc loài của Quê Mẹ – Trường Sa – và đối với những người Lính VNCH nào còn biết đặt sự toàn vẹn lãnh thổ và tình dân tộc trên hết; biết chọn lẽ công bằng, không thiên vị "phe nhóm": *"Live simply, love generously, care deeply, speak kindly, leave the rest to God."*

----

1 và 2- Những chi tiết này được bổ khuyết thêm từ tài liệu Hành Quân Trần Hưng Đạo 48 của tác giả Thềm Sơn Hà.

Nỗi Niềm của Một Người Tỵ Nạn

Thời gian gần đây, những biến động kinh hoàng ngay tại Hoa Kỳ chi phối tinh thần của tôi rất nhiều. Tôi buồn, uất, thương và tiếc cho một đất nước bình an, người dân lịch sự, lễ độ, cao thượng và bao dung – vào thời điểm người Việt Nam tỵ nạn cộng sản đến Hoa Kỳ, năm 1975 – nay không còn nữa!

Không phải đợi cho đến năm 1975 tôi mới biết đa số người Mỹ rất lịch sự, rất bao dung vì họ có trái tim vĩ đại; mà từ khi còn là đứa bé gái, xem xi-nê phim Cowboys, thấy Mỹ và người da đỏ đánh nhau, tôi để ý, dường như không bao giờ đoàn Cowboys cởi ngựa rược đuổi người da đỏ đến cuối đường rồi tận diệt người da đỏ – như người cộng sản Việt Nam (csVN) đã hành xử đối với quân cán chính và người miền Nam Việt Nam, sau tháng Tư 1975.

Đành rằng xi-nê là sản phẩm của nghệ thuật, đạo diễn có toàn quyền phân cảnh, dàng dựng; nhưng, nếu đạo diễn xuất phát từ những "lò đào tạo văn hóa!" của csVN – như Tố Hữu – thì các "nhà văn hóa và nghệ thuật csVN" này chỉ biết "sản xuất" câu thơ như: "Giết, giết nữa, bàn tay không phút nghỉ…" chứ làm thế nào các "nhà văn hóa và nghệ thuật csVN" có được những tác phẩm với đoạn kết thấm đượm tình người như các đạo diễn miền Nam Việt Nam và đạo diễn Âu Mỹ.

Cho đến tuổi này, tôi cũng vẫn không hiểu tại sao lũ trẻ con chúng tôi thời ấy lại rất vui thích/"hả hê" và vỗ tay liên hồi mỗi khi thấy người da đỏ bị đoàn Cowboys đánh đuổi, phải "cong đuôi" – hai tiếng này do nhóm trẻ con chúng tôi thời đó thường dùng – chạy vào rừng? Khi nào cũng vậy, đoàn quân da đỏ chạy đến bìa rừng thì đoàn Cowboys quay ngựa trở về. Nếu đêm đến mà chưa về đến xóm làng, đoàn Cowboys dừng lại, nhóm lửa nấu ăn rồi ca hát bên nhau trong khung cảnh hết sức lãng mạn và trữ tình.

Tôi không thể nhớ được chi tiết những phim Cowboys chinh phục miền Tây hay người Mỹ mở rộng biên giới hoặc những bài học về Thế Giới Sử, v.v… có được bao nhiêu người da đen tham gia để mở rộng bờ cõi quốc gia Hoa Kỳ. Nhưng, những biến chuyển phức tạp gần đây khiến tôi liên tưởng đến tình trạng chính trị bất an thời Việt Nam Cộng Hòa (VNCH) trong hai thập niên 60 và 70.

Thập niên 60, trong khi tôi đau buồn và lo sợ mỗi khi nam sinh cùng lớp hoặc cùng trường với tôi "Xếp bút nghiên lên đường tranh đấu"(1) thì những nam sinh ấy lại "nghênh ngang" vừa cười vừa hát "lái" hai tiếng sau cùng: "Xếp bút nghiên lên đường 'trâu đánh'". Đám nữ sinh chúng tôi cười rộ lên:

- Tại sao mấy "ông" hát kỳ vậy?

- Mấy "bà" không thấy sao? Việt cộng xuất thân là mấy em chăn trâu, chăn bò. Tụi tui đi lính có huấn luyện quân sự, có kỹ thuật tác chiến; còn Việt cộng "có khỉ" gì? Việt cộng chỉ chuyên môn đánh lén, "húc càng", lấy "thịt đè người" – chiến thuật biển người do csVN học từ Trung cộng – vậy thì tụi tui "hỏng" đánh với trâu thì đánh với ai?

Chúng tôi cùng cười vang.

Sau đó, qua khung cửa sổ trên lầu của lớp B4 trường trung học Võ Tánh, mỗi khi thấy trực thăng bay vòng vòng gần trường, tôi nhìn theo, tự hỏi không hiểu chiếc trực thăng đó sẽ đáp xuống bệnh viện Nguyễn Huệ hay đáp ở đâu? Nếu trực thăng đáp xuống quân y viện Nguyễn Huệ, tôi thầm cầu nguyện thương binh hoặc Tử Sĩ được đưa đến không phải là bạn của chúng tôi.

Khi vào Saigon – vì cư ngụ xa quân y viện Cộng Hòa – tôi không thể thấy những chuyến trực thăng tản thương; nhưng tôi lại thấy tên bạn hữu của tôi thường xuất hiện trên báo, nơi mục Cáo Phó hoặc Chia Buồn!

Trong khi tôi buồn, thương và tiếc cho sự "ra đi" quá sớm của Bạn tôi thì những cuộc biểu tình rầm rộ và liên tục bùng vỡ ngay tại Thủ Đô Saigon và nhiều thành phố lớn của miền Nam Việt Nam. Tôi rất bất nhẫn khi thấy nhiều GMC – bên trong chở quan tài phủ Quốc Kỳ VNCH – chạy trên những con đường nhỏ; còn trên đại lộ và ngay trước Tòa Thị Chính thì các đoàn biểu tình do Huỳnh Tấn Mẫm, Ngô Bá Thành, Huỳnh Liên, v.v… xách động, hô vang khẩu hiệu đả đảo chính phủ và "yan-kee-go-home"; trong phòng trà, ca sĩ "rên rỉ" những lời ca phản chiến của nhạc sĩ tài danh Trịnh Công Sơn!

Là một người từng đàn và hát trong ban ca nhạc Bình Minh Đài Phát Thanh Nha Trang, có thể nói, tôi thuộc gần như tất cả tình khúc của Trịnh Công Sơn. Nhưng, những lần tháp tùng đơn vị tác chiến của Hải Quân trong các cuộc hành quân hỗn hợp tại U Minh Thượng,/U Minh Hạ – để viết tường thuật – thấy quân nhân VNCH chết hoặc bị thương được khiêng ra chiến đỉnh hoặc mỗi khi thấy đoàn chiến đỉnh chuyển quân bị Việt cộng phục kích hay là sau khi đoàn chiến đỉnh tiếp cứu một đồn Nghĩa Quân bị Việt cộng tấn công, v.v… rồi đêm về, đoàn chiến đỉnh ra sông lớn, neo giữa sông để bảo toàn an ninh cho đoàn chiến đỉnh, mà nghe những bài hát phản chiến từ radio của anh lính gác trên chiến đỉnh, tôi lại cảm thấy lòng dâng lên niềm bi phẫn tột cùng! Không biết bao nhiêu lần tôi đã khóc và tự hỏi: Ai đổ máu trên chiến trường để quý vị được an toàn ngồi "xa-lông" phản đối cuộc chiến này? Tại sao quý vị không phản đối kẻ từ miền Bắc vượt Trường Sơn vào bắn giết người miền Nam? Tại sao trong đoàn biểu tình không có biểu ngữ nào lên án sự xâm lăng có chủ mưu của csVN và sự yểm trợ quân sự rất tích cực của Nga và Trung cộng – mà chỉ có những biểu ngữ lên án chính phủ VNCH và yêu cầu Hoa Kỳ rút quân? Thế thì quý vị "phản chiến một chiều" à? Thế thì có công bằng cho người Lính VNCH đang trực diện giữa hai bờ sinh tử nơi tiền tuyến hay không?

Giữa khi bạn tôi và hầu hết thanh niên cùng thời với tôi "ngụp lặn trong máu" trên các chiến trường miền Nam thì csVN dốc toàn lực lượng, vượt Trường Sơn, vượt sông Bến Hải vào Nam. Các cuộc biểu tình quy mô, rầm rộ được tổ chức tại Hoa Kỳ, buộc Mỹ rút quân khỏi miền Nam Việt Nam và ngưng hẳn viện trợ vũ khí cho quân lực VNCH, trong khi Trung cộng và Nga vẫn viện trợ vũ khí cho csVN; Trung cộng đánh chiếm Hoàng Sa thì Hậu phương miền Nam bất ổn/sôi sục vì các cuộc biểu tình "phản chiến một chiều" được Huỳnh Tấn Mẫm,

Hoàng Phủ Ngọc Tường, Hoàng Phủ Ngọc Phan, Huỳnh Liên, v.v… xách động!

Hậu quả của những sự việc kể trên đưa đến thảm họa ngày 30-04-1975! Rồi biết bao nhiêu ngàn người đã chết trên đường vượt biển, vượt biên – chỉ vì họ không thể sống được với csVN!

Suốt thời gian dài lưu vong để khỏi phải sống với csVN, tôi cứ tưởng rằng tôi đã quên được những bất công mà xã hội, con người và hoàn cảnh đã dành cho bạn tôi và thanh niên cùng thời với tôi. Nhưng, những biến động bất ngờ và dữ dội xảy ra liên tiếp trong thời gian gần đây, trên nhiều tiểu bang của Hoa Kỳ, khiến tôi lo sợ và phẫn uất.

Không phẫn uất sao được khi mà, ngày 19 tháng 01 năm 1974, Trung cộng ngang nhiên đánh chiếm Hoàng Sa của VNCH và hiện nay Trung cộng vẫn còn đang tranh chấp với csVN về chủ quyền Trường Sa thì bộ trưởng quốc phòng Trung cộng Ngụy Phượng Hòa trong bài phát biểu tại Shangri-La, Singapore, ngày 02-06-2019 đã nói – mà không biết ngượng: "Trong suốt 70 năm qua kể từ ngày thành lập nước, Trung quốc chưa bao giờ phát động một cuộc chiến hay xung đột, hay xâm lược quốc gia khác hay lấy dù chỉ một tấc đất của nước khác". Link:

https://www.rfa.org/vietnamese/news/internatio-nalnews/wei-fenghe-china-never-invade-other-coun-tries-06022019205644.html

Không phẫn uất sao được khi mà Trung cộng chiếm gần hết biển Đông và có ý đồ thành lập vùng nhận dạng phòng không tại biển Đông; giấu nhẹm rồi phát tán bệnh dịch Covid-19 ra khắp thế giới; tổ chức đưa phụ nữ Trung Hoa mang thai cận ngày sinh sang Mỹ du lịch để sinh con, được quốc tịch Mỹ; sinh viên từ Trung cộng sang Hoa Kỳ du học thì, sau khi tốt nghiệp đại học, xin ở lại Mỹ tìm việc làm rồi ăn cắp tài liệu mật của Mỹ, gửi về Tàu, v.v… Nhờ những sự "ăn cắp trí tuệ" của Mỹ mà – từ một nước Trung Hoa lạc hậu, chỉ biết sống nhờ vào bán hủ tiếu, hoành thánh mì, tàu hủ, v.v… – bây giờ Trung Hoa có Hàng Không Mẫu Hạm/máy bay phản lực/ phi thuyền/tàu ngầm/nguyên tử, v.v…

Trong khi những hiểm họa do Trung cộng tổ chức một cách quy mô – với mục đích phá nát Hoa Kỳ để dành quyền lãnh đạo thế giới – đã và đang hiển hiện ra đó thì phi cơ chiến lược của Nga thường cố tình xâm nhập không phận Hoa Kỳ, vùng Alaska. Phi cơ Hoa Kỳ phải bay lên nghênh chiến. Theo bảng tin của Ryan Pickrell ngày 17-06-2020 lúc 11:37AM trên Business Insider thì: US fighters have rushed to intercept 8 Russian bombers approaching Alaska in the past week. Link: https://www.yahoo.com/news/us-fighters-rushed-intercept-8-163722980.html

Nước Mỹ đang bị ngoại quân xâm lăng một cách tiệm tiến!

Người Việt chúng tôi đã mất miền Nam Việt Nam vì những âm mưu/những lũng đoạn chính trị đã tới tấp "giáng" xuống thân phận người Lính VNCH. Sự trường tồn của một quốc gia sẽ không còn nếu quốc gia đó không có quân đội; xã hội sẽ nhiễu loạn nếu không có Cảnh Sát.

Hiện nay, người lính Mỹ – cả Mỹ trắng, Mỹ đen, Mỹ "vàng" và Mỹ lai – hiện diện trên nhiều lãnh thổ xa xôi để sẵn sàng ngăn chận bước tiến của Trung cộng.

Thế thì, tại sao ngay trong lòng nước Mỹ, người dân Hoa Kỳ không một lòng cùng với người Lính Mỹ tìm mọi phương pháp ngăn chận sự bành trướng của Trung cộng mà loạn lạc lại nổi lên và có tiểu bang còn tạo khu "tự trị", chỉ vì cái chết của George Floyd?

Cái chết của George Floyd, cũng như cái chết của Rayshard Brooks, do cảnh sát người da trắng gây ra là điều đáng tiếc. Riêng về cái chết của Rayshard Brooks, theo bảng tin của Stephen Proctor, ngày 18 tháng 06/2020 lúc 2:03 AM/CDT, chính Tổng Thống Trump đã nói: "I thought it was a terrible situation," Trump said, "but you can't resist a police officer, and, you know, if you have a disagreement, you have to take it up after the fact. It was a very sad – very, very sad – thing. You take a look, it was out of control. The whole situation was out of control." Link:

https://www.yahoo.com/entertainment/trump-says-rayshard-brookss-killing-is-very-sad-but-you-cant-resist-a-police-officer-070316971.html

Trong bảng tin của Associated Press Reporters, ngày 18/06/2020 lúc 1:26 AM/CDT thì: During an interview on Fox News, Mr. Trump said: "I don't know that I would have necessarily believed that, but I will tell you, that's a very interesting thing and maybe that's so. They are going to have to find out. It's up to justice right now. It's going to be up to justice. I hope he gets a fair shake because police have not been treated fairly in our country. They have not been treated fairly." Link:

https://www.yahoo.com/entertainment/us-police-not-treated-fairly-062601367.html

Tiếp theo là Simpson County sheriff's deputy James

Blair, người da trắng, bị một người da đen giết; Oluwatoyin Salau – người da đen, thành viên của Black lives matter" – bị một người da đen hãm hiếp rồi giết; bà Victoria Sims cũng do một thanh niên da đen giết, v.v… Tất cả đều đáng tiếc! Links:

https://www.foxnews.com/us/mississippi-sheriffs-deputy-fatally-shot-manhunt-on-for-armed-and-dangerous-suspect-reports

https://www.yahoo.com/lifestyle/tributes-pouring-activist-oluwatoyin-salau-162151318.html

Tôi tự hỏi, Hoa Kỳ là một quốc gia thượng tôn pháp luật, tại sao không để pháp luật trừng phạt kẻ phạm tội mà quý vị phải khổ sở, nhịn ăn, nhịn uống, giải nắng dầm mưa đi biểu tình trong khi dịch Covid-19 do Tàu cộng phát tán đã giết hơn 100 ngàn người Mỹ? Tôi cũng tự hỏi, có phải vì người da trắng, da vàng và da đỏ đã hấp thụ được thái độ sống cao đẹp trong câu nói "Darkness cannot drive out darkness; only light can do that. Hate cannot drive out hate; only love can do that" – của mục sư người da đen, Martin Luther King Jr. – hay không mà tôi chưa hề thấy các sắc dân da trắng, da vàng hoặc da đỏ biểu tình đòi "lives" của các nhóm người đó "matter"!

Người biểu tình tuyên bố "No Justice no peace". Vâng! Đúng! Nhưng muốn có Justive thì phải có thời gian để điều tra, tìm bằng chứng thì mới có thể đưa phạm nhân ra Tòa. Hoa Kỳ chứ không phải nước cộng sản như Trung cộng, Việt Nam, Iran hoặc Bắc Hàn mà nhà cầm quyền muốn bắt ai thì bắt; giết ai thì giết.

Là một phụ nữ phải tỵ nạn cộng sản, vì chồng, anh em, bà con, bạn hữu của tôi bị Hoa Kỳ cắt đứt viện trợ từ năm 1973, không còn vũ khí để chống trả những cuộc cường tập quy mô và tàn bạo của csVN, tôi gậm nhấm nỗi đau của người đã mất Quê Hương. Nhưng tôi không oán hận chính phủ Hoa Kỳ đã bỏ rơi người Lính VNCH, mà – nhờ những phim Cowboys ngày xưa – tôi lại rất thương nước Mỹ.

Tình thương của tôi dành cho nước Mỹ được thể hiện rõ nét nhất trong bài Tạ Ơn Mảnh Đất Này khi quân khủng bố Hồi Giáo tấn công The Twin Towers of the World Trade Center và The Pentagon, ngày 11 tháng 09 năm 2001. Thời điểm đó tôi đang du lịch nước Nga. Tôi vừa quẹt nước mắt vừa viết – bằng bút – bài đó tại phi trường Frankfurt, Đức, trong khi chờ chuyến bay chuyển tiếp để về Hoa Kỳ. Link: https://www.diepmylinh.com/ta-on-manh-dat-nay

Nỗi niềm của tôi được bộc lộ trong câu kết luận của bài Tạ Ơn Mảnh Đất Này: "Tôi cúi xuống xách hành lý, lòng âm thầm tạ ơn nước Mỹ; nơi đã cho tôi hiểu thế nào là giá trị thực tiễn của tự do/dân chủ và công bằng. Và trên tất cả mọi điều, nước Mỹ đã cho tôi cơ hội thể hiện tinh thần tự lập của một phụ nữ."

Vâng! Tôi thương và biết ơn nước Mỹ không phải vì nước Mỹ trù phú, đời sống cao sang, người dân nặng tinh thần tự lập, khoa học tối tân, y tế tuyệt vời và quân đội tinh nhuệ nhất hành tinh – mà tôi thương và biết ơn nước Mỹ chỉ vì những giá trị tinh thần như: Tự Do, Dân Chủ và Công Bằng.

Nếu Mỹ đã có tự do, dân chủ và công bằng thì sự kỳ thị trên đất nước Hoa Kỳ không thể tồn tại.

Nếu sự kỳ thị trên nước Mỹ còn tồn tại thì làm thế nào Hoa Kỳ có được những nhân vật người da đen như:

Mục sư Martin Luther King Jr., Condolezza Rice, Oprah Winfrey, Louis Amstrong, Hiram Rhodes Revels, Carol Moseley Braun, Micheal Jackson, Aliko Dangote, Mike Adenuga, v.v…và hai nhân vật vượt đến tột đỉnh danh vọng: Đại tướng Colin Powell và Tổng Thống Hoa Kỳ Barack Obama?

Nếu Mỹ kỳ thị thì làm thế nào người Mỹ gốc Á Châu có được những đóng góp đáng kể vào quân đội/chính trường/khoa học/khoa học không gian/giáo dục/y khoa như hiện nay? Nếu vị nào hoài nghi, kính mời vị đó vào Google tìm thì sẽ rõ. Điển hình gần đây nhất, bảy tân sĩ quan gốc Việt hoặc Việt lai và nữ tân sĩ quan đầu tiên người Sikh – Second Lieutenant Anmol Narang – vừa tốt nghiệp từ the US Military Academy at West Point. Không những thiếu úy Anmol Narang "làm nên lịch sử" mà quân đội Hoa Kỳ còn cho phép thiếu úy Anmol Na-rang để tóc dài vì vấn đề tôn giáo.

Trong khi không biết bao nhiêu người trẻ thuộc nhiều chủng tộc khác nhau đều dấn thân để bảo vệ Hoa Kỳ thì tại sao "nội loan" lại nổi lên? Bằng vào những ngày khói lửa trên Quê Hương tôi, tôi hiểu rằng: Hậu phương có vững mạnh thì người Lính nơi tiền tuyến mới an tâm chống lại kẻ thù.

Tôi cảm thông nỗi uất ức của người da đen. Nhưng nỗi uất ức đó do những người thuộc các thế hệ xa xưa, cách nay gần 200 năm – cùng thời với Tiền Nhân của người da đen đến Mỹ – gây nên. Người Mỹ cùng thời với quý vị da đen hiện nay đang lo hàn gắn những "vết thương" đó chứ người Mỹ cùng thế hệ với quý vị không gây nên những uất ức đó. Người Mỹ cùng thế hệ với quý vị da đen ngày nay vô tội.

Theo lẽ công bằng: Ai vay, người đó trả.

Tôi nghĩ "Black lives matter" là một tổ chức có hệ thống, có sức lôi cuốn mãnh liệt đối với quần chúng. Vậy thì, xin quý vị da đen hãnh dùng "sức mạnh của quần chúng" – mà quý vị có thể thu hút – để thỉnh cầu chính phủ Hoa Kỳ không cho người Trung Hoa sang Mỹ du học hoặc làm việc; vì tài liệu trên Internet đã chứng minh: Một số người Trung Hoa, hễ họ làm việc ở cơ quan nào hoặc theo học trường đại học nào thì họ cũng ăn cắp tài liệu mật của cơ quan đó, của ngôi trường đó rồi lén chuyển về Tàu. Quý vị cũng nên thỉnh cầu chính phủ Hoa Kỳ buộc các doanh nghiệp của Mỹ có trụ sở tại Trung cộng nên dời công ty của họ về Mỹ để tạo thêm công ăn việc làm cho công dân Hoa Kỳ; không phổ biến bất cứ biểu tượng nào của Trung cộng trên đất nước Hoa Kỳ; không cho phép người Trung Hoa mua nông trại và bất động sản trên đất Mỹ; giới hạn tối đa về giao thương với Trung cộng; vì cả thế giới đều tin dùng sản phẩm của Hoa Kỳ. Hoa Kỳ không cần thị trường của Trung cộng.

Xin quý vị da màu – trong đó có người Á Đông chúng tôi – hãy thương và nghĩ đến Mảnh Đất Này; hãy thương và nghĩ đến chồng, Cha, anh em, con cháu của chúng ta đang đóng quân nơi xa xăm để theo dõi, ngăn chận sự xâm lượt có chủ mưu của Trung cộng.

Tôi thật sự lo sợ rằng Trung cộng đã/đang/sẽ trà trộn vào các cuộc biểu tình dai dẳng của quý vị để tạo thêm những tác hại khôn lường cho tình đoàn kết của người dân Mỹ và tinh thần chiến đấu của quân đội Hoa Kỳ.

Xin đừng vì bất cứ động lực nào để tạo biến động cho người Lính Hoa Kỳ phải trực diện với tình cảnh bi thảm như người Lính VNCH phải gánh chịu năm 1975!

Viết đến đây, thấy một email vừa vào Inbox của tôi, tôi chuyển sang và mở email. Đọc bảng tin tiếng Việt do anh Tiêu Nhơn Lạc chuyển, tôi lặng người, như không tin vào mắt tôi!

Để kiểm chứng, tôi vào Googlo tìm và thấy dòng chữ này: George Washington statue in Portland toppled, protests continue.

Link: https://katu.com/news/local/george-washington-statue-in-portland-torn-down-protests-continue

Nhìn pho tượng của Tổng Thống George Washing-ton bị giật sập, úp mặt xuống vệ đường, tôi lặng người, muốn khóc mà khóc không được!

Hành động và tâm trạng của tôi lúc này cũng không khác chi năm nào tôi thấy bức ảnh Tượng Thương Thiếc – một biểu tượng cho sự hy sinh dũng cảm của Người Lính VNCH trong cuộc chiến tự vệ, từ 1954-1975 – trước cổng Nghĩa Trang Quân Đội Biên Hòa, cạnh xa lộ Saigon-Biên Hòa, bị csVN giật sập!

Niềm bi phẫn từ đâu kéo đến, dâng ngập cả hồn tôi!

1.- *Xếp Bút Nghiên của Lưu Hữu Phước.*

Niềm Ray Rứt Muộn Màng

Trong nỗi quạnh hiu tại phòng 212 của Sugarland Senior Living, bà Nhi chỉ biết nhìn qua khung kính cửa sổ để tìm sự liên hệ còn sót lại giữa Bà và thế giới bên ngoài! Thế nhưng không thể nào bà Nhi cảm nhận được sự liên hệ từ những hình ảnh tấp nập/xô bồ/vội vã bên kia cửa sổ và khung cảnh vắng lặng đến rợn người trong căn phòng sang trọng này!

Hôm đầu tiên được con đưa đến đây để xem và chọn nơi dưỡng già, lúc mở cửa xe, bước ra, tự dưng bà Nhi cười như mếu, nói:

- Cánh cửa cuối cùng trong đời Măng đã mở!

- Tự Măng muốn vào đây sống chứ tụi con có bắt Măng đâu!

- Đúng. Chính đây là sự lựa chọn của Măng; vì, sau khi "ông Già" – danh từ thân thương các con của bà Nhi thường dành cho Bố – qua đời, trong ngôi nhà cũ, mỗi ngày Măng cũng phải trực diện với sự trống vắng, sự quạnh hiu mà Măng lại phải trả tiền thuê thổ trạch/tiền cắt cỏ/tiền bảo hiểm, v.v… Đó là chưa kể vấn đề an ninh.

- Vấn đề an ninh tụi con đã cho người gắn hệ thống báo động và hệ thống thu hình rồi. Măng muốn "chạy trốn dĩ vãng", phải không? Không được đâu. Dĩ vãng sống hay chết là do mình. Bởi thế, khi Măng muốn tìm chỗ ở khác, tụi con hiểu và đồng ý ngay; vì những gì trong ngôi nhà của một người lớn tuổi đều như là một trường thiên tiểu thuyết hoặc là một phim tình cảm đầy hỷ nộ.

- Đúng.

- Tại sao Măng không chịu sống với tụi con hay là với mấy đứa con khác của Măng?

Vì kỷ niệm buồn ngày xưa phải sống với gia đình chồng, nhưng bà Nhi chỉ cười buồn, không đáp. Mỗi khi nhớ lại mẩu đối thoại với con, bà Nhi lại nhìn qua cửa sổ để chiêm nghiệm về cuộc đời của Bà. Tình cảm của Bà vui hay buồn đều do những hình ảnh/những kỷ niệm/dòng nhạc chợt đến chợt đi từ tâm thức của Bà.

Đến tuổi này bà Nhi mới nhận thức được rằng kỷ niệm thường "đi" nhiều hơn "đến". Nhưng, không hiểu tại sao một kỷ niệm thời thơ dại của Bà gần ba phần tư thế kỷ qua thì cứ mãi hoài "ở lại" trong tâm tưởng của Bà! Mỗi lần kỷ niệm này trở mình thức giấc, bà Nhi tưởng như có thể thấy được đứa bé gái tên Hoàng Nhi.

Sáng nào cũng vậy, sau khi bà vú cho ăn điểm tâm xong, Hoàng Nhi được Mẹ thay đồ ngủ bằng áo đầm, mang giày và chải tóc, thắt hai chiếc nơ đỏ hai bên. Trong khi Mẹ chải tóc, Hoàng Nhi thường bắt chước Ba, hai tay lên xuống nhịp nhàng, y như mỗi khi Ba hướng dẫn các Bác các Chú hòa đàn rồi Hoàng Nhi hát bài *Au Clair de la Lune* của Mister Toony do các Sơ ở trường Domaine de Marie dạy:

"Au clair de la lune,

Mon ami Pierrot,
Prête-moi ta plume
Pour écrire un mot..."

Một sáng mùa Hạ, trong khi Mẹ đang chải tóc và Hoàng Nhi vừa bắt chước Ba đưa tay đánh nhịp vừa hát líu lo: *"... Au clair de la lune..."* thì người bạn của Mẹ đi ngang, gọi:

- Đi chợ không, chị Hai?

- Bà giúp việc đi rồi.

Người bạn của Mẹ đến, ngồi cạnh, than:

- Chị sống với ông bà Ngoại bé Nhi, sướng thiệt! Tôi sống với ông bà già chồng, có người giúp việc mà bả cũng "đày" tôi đi chợ nấu ăn.

- Thôi, kệ! Chị cũng nấu cho chồng con của chị ăn luôn mà.

- Mai mốt bé Nhi lấy chồng, chị nhớ buộc bên chồng nó không cho nó làm dâu thì chị mới gả, nhen!

Hoàng Nhi tỏ thái độ bực dọc:

- Bác nói kỳ cục. Con hỏng lấy chồng đâu. Con ở với Ngoại/với Ba Mẹ thôi.

Bác "bẹo" cằm Hoàng Nhi:

- Nhớ đó nhen, con! Cái mặt mày như vầy, lớn lên thằng nào "tha" cho mày được mà mày nói mày không lấy chồng!

Hoàng Nhi hết nhìn Bác rồi nhìn Mẹ, chẳng hiểu Bác nói gì. Bác tiếp:

- Nhỏ này giống chị như đúc.

Nghe bảo giống Mẹ, Hoàng Nhi cười "toe toét"; vì Hoàng Nhi nghe ai cũng khen Mẹ đẹp. Bất ngờ Mẹ hỏi:

- Năm nay chị bao nhiêu tuổi rồi?

- Dạ, 28 rồi đó, chị.

Hoàng Nhi "xía" vô trước khi Mẹ đáp lời Bác:

- Ý da! Bác… già quá rồi!

Mẹ vội bịt miệng bé:

- Con nói tầm bậy! Khoanh tay xin lỗi Bác đi!

Chẳng hiểu tại sao câu nói của mình là tầm bậy, Hoàng Nhi thụng mặt, khoanh tay, nhìn Bác:

- Dạ, con xin lỗi Bác.

Bác cười, chưa kịp nói gì, Hoàng Nhi xoay qua hướng khác, xòe bàn tay trái ra, đếm:

- 28, 29, 30… Ý da! Ba mươi… già quá! Con "hỏng" sống tới 30 tuổi đâu, Mẹ!

Mẹ vội ôm Hoàng Nhi sát vào lòng – dường như Mẹ ngại, nếu Mẹ ôm không chặt thì bé Nhi sẽ "bay" mất – giọng đầy thảng thốt:

- Con! Con đừng nói tầm bậy, con ơi!

Giữa lúc Hoàng Nhi không thể hiểu được tại sao Mẹ lại hoảng hốt đến tột độ như vậy thì Mẹ cúi xuống, ghì mặt của Hoàng Nhi sát vào mặt của Mẹ như muốn chuyền tất cả tình thương sang cho Bé. Bất ngờ Hoàng Nhi cảm thấy một bên má của Bé ươn ướt. Quay nhìn Mẹ, thấy mắt của Mẹ sũng nước, Hoàng Nhi hoang mang, không hiểu gì cả!

Bây giờ, từ sự cô quạnh trong căn phòng này, bà

Nhi chợt nhớ đến phim xi-nê, tựa đề Lonely Are The Brave do Kirk Douglas – tài tử "ruột" của Bà – thủ vai chính. Suy nghĩ mãi, bà Nhi cũng không thể nhớ được nội dung của phim này. Nhưng bà Nhi lại nhớ, dạo sống với Ngoại, Ba Mẹ thường đưa bé Nhi đi xem xi-nê, phim Tây, phim Mỹ ở rạp Ngọc Hiệp, Lang Biang tại Dalat; không bao giờ xem phim Ấn Độ, Việt Nam hoặc Trung Hoa. Bé Nhi hỏi. Ba giải thích:

- Nước mình nghèo, lạc hậu, hãy tìm đến những dân tộc văn minh như Pháp, Mỹ và Âu Châu mà học hỏi; còn "tụi" Tàu có gì đáng cho mình học ngoài bản tính ác độc và ở dơ; riêng về nghệ thuật thứ Bảy thì Ấn Độ và Việt Nam còn xa lắm.

Ông Ngoại bất bình:

- Con đừng "vơ đũa cả nắm". Người Tàu Chợ Lớn và người Tàu ở đây chí thú làm ăn chứ có làm gì ác độc đâu, con.

- Dạ. Con sơ ý. Ba nói đúng. Con chỉ muốn nói "tụi" Tàu bên Trung Hoa thôi.

Lúc đó không thể nào bé Nhi hiểu được lời của ông Ngoại và Ba; nhưng bé Nhi lại biết tên vài tài tử mà bé thích, như: Grace Kelly, Yul Brynner, Burt Lancaster, John Wayne, Kirk Douglas, v.v… Bây giờ, nhớ đến Kirk Douglas, bà Nhi vội rời khung cửa sổ, đến bàn computer, mở computer, tìm.

Màn hình vừa sáng lên, bà Nhi đổi ý, muốn đọc tin tức trước, vội "bấm" vào CNN. Thấy tin Kirk Douglas từ trần vào tuổi 103, bà Nhi không ngạc nhiên, chỉ lặng yên, tự hỏi: Có phải "thần giao cách cảm" hay không mà tự dưng Bà lại nhớ phim Lonely Are The Brave rồi bây giờ thấy tin Kirk Douglas từ trần? Bà Nhi nhìn chăm chăm vào ảnh của Kirk Douglas như nhìn vào cõi xa xăm nào đó để tìm lại chính Bà.

Trước đây mấy phút, bà Nhi tưởng như được thấy lại bé Hoàng Nhi ở tuổi Thần Tiên và chuỗi ngày thơ dại dưới mái trường Domaine de Marie, Dalat. Giờ đây, nhìn hình của Kirk Douglas, bà Nhi tưởng như thấy lại được những tối cuối tuần Ba Mẹ đưa các con đi ăn tại nhà hàng Dân Thiêng trên đường Độc Lập hoặc La Frégate, gần Bưu Điện, Nha Trang.

Thời điểm đó, Ba là Trưởng Ban Kế Toán Khu Công Chánh Nha Trang. Trưởng Khu Công Chánh là Kỹ Sư Nguyễn Văn Thưởng, tốt nghiệp tại Pháp và rất yêu thích văn nghệ. Chính ông Thưởng – sau khi vô tình biết được Ba là Trưởng Ban ca nhạc Bình Minh, chuyên phụ trách văn nghệ cho Đài Phát Thanh Nha Trang – đề nghị và xuất ngân quỹ để Ba mua nhạc cụ, thành lập ban văn nghệ Khu Công Chánh.

Ban văn nghệ Khu Công Chánh gồm có ban kịch, ban ca và ban nhạc; được đặt dưới sự điều hành của Ba. Khi nào ban văn nghệ Khu Công Chánh trình diễn tại các rạp Tân Tân, Tân Quang, Minh Châu – để lấy tiền cứu trợ nạn nhân thiên tai hoặc nạn nhân chiến tranh – Ba cũng yêu cầu ban Bình Minh tăng cường.

Về sau, ông Nguyễn Văn Thưởng thành hôn với con gái của ông bà Võ Đình Dung – một thương gia nổi tiếng của Nha Trang. Cô này cũng du học bên Pháp về; bà Nhi không nhớ tên.

Hôm tiệc cưới, tại ngôi biệt thự đồ sộ của ông bà Võ Đình Dung, cạnh bờ biển, nhân sự của ban Bình

Minh và ban văn nghệ Khu Công Chánh đến sớm để Ba, ông Thưởng và cô dâu hội ý về những ca khúc nào ông Thưởng và cô dâu thích.

Mọi người trong ban văn nghệ Khu Công Chánh, ban Bình Minh cũng như Hoàng Nhi rất ngạc nhiên khi nghe ông Thưởng, cô dâu và Ba bàn luận với nhau bằng tiếng Pháp. Sau đó, Ba giải thích rằng ông Thưởng cảm thấy thoải mái và tin tưởng hơn khi được thuộc cấp trình bày – bất cứ chủ đề nào – bằng tiếng Pháp.

Những ca khúc ngoại quốc rất thịnh hành lúc bấy giờ như: Histoire d'un Amour, La Fontaine des Amours, La Vie En Rose, Tous Les Garçons et Les Filles, L'amour C'est Pour Rien, Qui Sai Qui Sait, v.v… được các anh chị đơn ca hoặc song ca; vài bản hòa tấu như La Cumparsita, La Paloma, Flots du Danube, v.v… và không thể nào thiếu Le Beau Danube Bleu. Riêng Hoàng Nhi độc tấu Accordéon nhạc khúc Etoile des Neiges…

… Đang đắm hồn vào dĩ vãng, bà Nhi giật mình vì điện thoại reng. Bà Nhi "Allo". Tiếng của Hằng Như – con gái đầu lòng của Bà – từ đầu dây bên kia:

- Măng! Măng đang ở nhà, phải không?

- Ờ. Con cần gì?

- Dạ không. Con sắp đến Măng rồi; nhưng con quên đem chìa khóa phòng của Măng.

- Hôm nay mới thứ Tư …

Biết bà Nhi sắp phàn nàn, Hằng Như nói:

- Mommy! Con ghé Măng được lúc nào thì con ghé. Măng đừng có lo. Okay!

Không phải cuối tuần mà được con ghé thăm, bà Nhi rộn ràng vui, nhìn ra bãi đậu xe, có vẻ ngóng chờ. Kia rồi, Hằng Như đi cạnh một bé gái; vì mắt kém quá, bà Nhi chưa thể nhận ra được cô bé ấy là đứa cháu nào! Vài phút sau, chuông cửa reng. Mở cửa, thấy Heather, bà Nhi reo lên:

- Hi, Heather! Sao hôm nay con không đi học?

- Hi, bà "Woại"! Con có hẹn để nha sĩ lấy "niềng răng" của con ra.

- Con cười để khoe với Bà hàm răng đẹp đi!

Heather cười, vừa nhìn bà Nhi vừa bước cạnh Bà, vào phòng. Hằng Như trao cho bà Nhi bao thức ăn:

- Con mua thức ăn cho Măng nè.

Chợt nhớ đã bị "chìm" vào kỷ niệm, quên ăn trưa, bà Nhi cười:

- Cảm ơn con. Đúng là "buồn ngủ gặp chiếu manh".

- Ủa, Măng buồn ngủ sao không ngủ trên giường mà tìm chiếu?

Bà Nhi cười, giải thích cho Hằng Như hiểu. Bà Nhi và Hằng Như đi vào phòng bếp. Hằng Như để Laptop lên bàn ăn. Heather ngồi ở phòng gia đình, dùng iPhone. Vừa cho thức ăn vào microwave hâm nóng, Hằng Như vừa hỏi:

- Măng có gì lạ không?

- Tuổi này không mong điều gì lạ đâu, con! Ủa, sao con chỉ mua một phần ăn vậy?

- Dạ, con với Heather ăn rồi.

Im lặng. Hằng Như chợt thấy nét buồn thoáng nhanh trong mắt bà Nhi. Vừa để tô bún bò và đôi đũa trước mặt bà Nhi, Hằng Như vừa hỏi:

- Sao đang không Măng buồn vậy?

Bà Nhi thở dài. Ngại bà Nhi hiểu lầm, Hằng Như giải thích:

- Lúc nãy, Heather bảo Heather muốn điện thoại, mời Măng ra nhà hàng dùng trưa với tụi con. Nhưng con không muốn Măng lái xe đến chỗ lạ, khó tìm đường.

- Măng không buồn gì con đâu. Măng buồn cho Măng.

- Tại sao?

- Dạo ông bà Ngoại được bảo lãnh sang đây, chưa bao giờ Măng dành cho ông bà Ngoại những giây phút đầm ấm như con đã dành cho Măng. Măng cảm thấy bị ray rứt, ăn năn!

- Măng đừng nghĩ như vậy. Con/cháu, đứa nào lo gì được cho Ông Bà, Cha Mẹ thì lo; đứa nào không lo được thì thôi. Mỗi người một hoàn cảnh. Lúc ông bà Ngoại qua đây chỉ mới mình con ra trường; Ba Măng phải "cày" để lo cho mấy đứa em. Ông Bà Ngoại không trách Măng đâu.

- Cũng may, dạo đó, cuối tuần vợ chồng con lo cho ông bà Ngoại giùm Măng.

- Chuyện qua rồi, nhắc làm gì? Thôi, Măng ăn đi.

- Thật ra, dạo đó, Măng cũng vẫn không nghĩ là ông bà Ngoại già. Trong mắt và trong tim của Măng, lúc nào ông bà Ngoại cũng "ngon lành". Nhưng bây giờ – ở vào tuổi của ông bà Ngoại – Măng mới hiểu được những trăn trở của ông bà Ngoại!

- Dù sao thì ông bà Ngoại cũng biết được nước Mỹ nó ra làm sao; còn ông bà Nội không biết gì về nước Mỹ thì sao?

- Đó cũng là một trong những lý do Măng không dám lo cho ông bà Ngoại nhiều; vì ngại "ông Già" buồn tủi/phân bì. Nhưng, Măng nghĩ, lý do chính là Măng không thể chịu đựng hoặc chấp nhận được tình trạng thể chất của ông bà Ngoại bị thời gian tàn phá!

- Tại sao hồi đó "ông Già" không bảo lãnh ông bà Nội sang, Măng?

- "Ông Già" muốn lắm chứ; nhưng ông bà Nội bảo ông bà Nội qua Mỹ thì ông bà Nội phải sống với Ba Măng – vì "ông Già" là trưởng nam, phải có bổn phận phụng dưỡng ông bà Nội – chứ ông bà Nội không chịu ở riêng.

Hằng Như chuyển đề tài:

- Măng quen ai trong này chưa?

- Măng ngoại giao không khéo, vì tính "thẳng như ruột ngựa", dễ bị mếch lòng.

- Măng quen với khung cảnh sống ở đây chưa?

- Bảo quen thì cũng khó. Nhưng Măng nghĩ, dù gì đi nữa thì cuộc đời của Măng cũng khá hơn nhiều người lắm đó, con! Ông Bà mình thường nói: "Nhìn lên mình chẳng bằng ai; nhìn xuống ít ai bằng mình." Nếu còn ở Việt Nam, không thể nào Măng có thể sống đến tuổi này; vì Măng không thể chấp nhận cảnh người thân của Măng bị cộng sản Việt Nam đọa đày; không thể sống được ở kinh tế mới; không thể gánh vài nải chuối/mấy khúc mía/ vài trái bắp/trái ổi đi bán dạo như các cụ Bà ở Việt Nam.

- Tại vì hồi nhỏ Măng được ông bà Cố và ông bà Ngoại cưng quá đó mà!

Bà Nhi cười buồn. Hằng Như tiếp:

- Theo dõi tin tức thế giới Măng thấy có gì lạ không?

- Thì cũng chuyện mấy "lão" Tàu bên Trung cộng ở dơ, sinh bệnh dịch Coronavirus thôi.

- Lúc nào Măng cũng chê người Tàu ở dơ; coi chừng bị người Tàu "cự nự" là kỳ thị đó.

- Sự ở dơ của người Trung cộng, thiệt… hết biết! Con nhớ hồi vợ chồng con cho "ông Già" và Măng đi Tàu chơi hay không?

- Măng muốn đề cập đến ông Tàu đang làm hoành thánh, xoay sang một bên, tay cầm mũi, hỷ "cái rột" rồi – không rửa tay, không quẹt tay vào đâu cả – xoay qua bốc thịt làm hoành thánh tiếp. Từ đó Măng không ăn hoành thánh; dù tiệm mì đó trên đất Mỹ, phải không?

- Ô, Măng kể rồi à? Sorry, Măng quên!

- Từ đó tụi con cũng không ăn hoành thánh nữa. Nhưng, cũng tội cho người Tàu. Bây giờ, bệnh dịch lan khắp thế giới; người Tàu bị kỳ thị nặng lắm!

Bà Nhi có vẻ bực dọc. Hằng Như ngạc nhiên:

- Tại sao Mommy có vẻ bực mình?

Bà Nhi vội xoay Laptop của Hằng Như về hướng của Bà, mở ra, vừa tìm bản tin vừa nói:

- Ông Xi "cà chớn"!

- Sao vậy, Mommy?

- Lúc đầu Mỹ muốn giúp để chận đứng Coronavirus, ông Xi "làm ngon", phớt lờ, không thèm trả lời. Tiếp đến là ca sĩ Justin Bieber donates to Chinese Charity for Coronavirus – Yahoo News không nêu số tiền – thì không ai thấy ông Xi "đếm xỉa" gì cả. Bây giờ ông Bill Gate và bà Linda Gate tặng $100 triệu để thế giới lo về bệnh dịch COVID-19 thì ông Xi viết thư cảm ơn. Đúng là "ba Tàu", thấy tiền thì nhào vô!

Tìm được bản tin trên Yahoo, bà Nhi tiếp:

- Măng đọc cho nghe để con biết là không phải Măng không ưa Trung cộng rồi Măng nói tầm bậy đâu. Đây rồi: *Beijing (AFP) – Chinese President Xi Jinping has written a letter expressing thanks to the Bill & Melinda Gates Foundation for the organisation's "generosity" and support tackling a deadly virus epidemic, state media said Saturday. [...] Earlier this month the Bill and Melinda Gates Foundation committed up to $100 million for the global response to the outbreak.*

"I deeply appreciate the act of generosity of the Bill & Melinda Gates Foundation and your letter of solidarity to the Chinese people at such an important moment," Xi wrote in the letter, according to official news agency Xinhua.

Nghe xong, Hằng Như cười:

- Măng ăn đi kẻo nguội.

Biết Hằng Như không xem những "tin lá cải" này, bà Nhi vừa ăn vừa tìm bản tin mới nhất, với dụng ý để Hằng Như đề phòng cho các cháu. Đây rồi:

- Hậu quả của bệnh dịch này khó lường lắm. Con nên nghe bản tin mới nhất nè: *Harvard scientist predicts coronavirus will infect up to 70 percent of humanity. Tim O'Donnell. The WeekFebruary 24, 2020, 1:58 PM CST*

Harvard University epidemiologist Marc Lipsitch is predicting the coronavirus "will ultimately not be containable" and, within a year, will infect somewhere between 40 and 70 percent of humanity, The Atlantic reports. But don't be too alarmed. Many of those people, Lipsitch clarifies, won't have severe illnesses or even show symptoms at all, which is already the case for many people who have tested positive for the virus.

That's precisely why he doesn't think the virus can be stopped...

- Măng đừng để những chuyện như thế này làm Măng lo lắng. Không tốt đâu!

- Đây, đây! Tin mới nhất trên CNN lúc 4:06 P.M. ET, Feb. 28-2020: *What it means for coronavirus outbreak to be at the WHO's "highest level of alert". From CNN's Jacqueline Howard: "The coronavirus outbreak has reached the 'highest level' of risk for the world, the World Health Organization announced today..."*

Bà Nhi vừa đọc đến đây, Heather xuống bếp, nói:

- Mommy! Chiều rồi. Mai con phải thi.

Đậy Laptop, bà Nhi chợt nhớ một chuyện vui, vội nói bằng tiếng Anh để Heather cùng hiểu:

- Hôm qua Măng nhận được cách giải mã chữ COVID-19. Vui lắm!

Vừa xách Laptop Hằng Như vừa hỏi:

- Sao mà vui, Măng?

- Cơ quan WHO – World Health Organization – đã đặt tên cho bệnh dịch này là COVID-19. Đúng không?

- Dạ.

- Chú Lạc, bạn cùng khóa Thủ Đức với cậu Linh, chuyển đến Măng câu giải thích của Joshua Wong – nhà lãnh đạo trẻ của các cuộc biểu tình rầm rộ tại Hồng Kông cách nay không lâu – về COVID-19 như thế này: *"If we can't name it as Wuhan virus, here is my understanding on COVID-19: C for China; O for Originated; V for Virus; I for In; D for December; 19 for 2019!"*

Ba người cùng cười, cùng đi ra cửa.

* * *

Qua khung cửa sổ, nhìn nhân dáng thân thương của Hằng Như và Heather xa dần, bà Nhi cảm thấy nỗi buồn vời vợi vừa gợn lên trong lòng. Bà Nhi thở dài, tự hỏi: Không biết khi nào Bà mới có được những giờ phút đầm ấm, hạnh phúc như những giờ phút vừa qua? Bất giác bà Nhi xoay nhìn lên tấm ảnh của Ba Mẹ và ông Phú – chồng của Bà – trên tủ thờ. Bất ngờ hình ảnh không thể nào quên của buổi sáng năm xưa, tại Nha Trang, sống dậy trong lòng Bà.

Sáng hôm đó, trong khi Mẹ đưa Hoàng Nhi đến nhà thương để sinh đứa con đầu lòng thì Ba nhờ người đến đơn vị tin cho Phú hay. Vào thời điểm đó, Y Học tại Việt Nam chưa có phương pháp và dụng cụ để biết được giới tính của thai nhi. Do đó, từ ngày Hoàng Nhi mang thai, lúc nào Phú cũng – nửa đùa nửa thật – nói ra niềm ước mơ của chàng:

- Con trai là con của "tui"; con gái là con của cô. Nhớ đó, nhen!

Lúc nghe tiếng khóc "oa/oa" rồi tiếng bác sĩ bảo "con gái", Hoàng Nhi còn đau và mệt lả, chưa thể cảm nhận được gì cả. Khi được đưa về phòng, Hoàng Nhi thấy Mẹ vừa ôm Hằng Như – được vấn kín trong khăn, đội mũ và mang tất, chỉ chừa khuôn mặt còn ửng đỏ – vừa lắc lắc đôi tay như muốn ru bé ngủ. Vừa khi đó, Phú bước vào. Thấy Mẹ đang ôm Hằng Như, Phú chẳng thèm "ngó ngàng" gì đến Hoàng Nhi, vội đưa tay muốn bế Hằng Như. Mẹ hất tay Phú ra:

- Cậu cứ đòi sinh con trai; đây là con gái, nó là con của tôi.

- Mẹ! Mẹ cho con bồng em bé chút mà!

- Không được! Cậu đòi con trai; đây là con gái, cậu không được "đụng" tới!

Hễ Mẹ bồng Hằng Như xoay bên nào thì Phú "xàng" theo hướng đó. Hoàng Nhi và mấy cô y tá cười khi Phú vừa cố giành em bé từ tay Mẹ vừa nói:

- Ô! Cái mặt nó "dễ ghét" quá!

Sau khi "giành" được Hằng Như từ tay Mẹ, Phú ôm Hằng Như sát vào ngực, nghiêng xuống, nhẹ nhàng tựa má bên phải của Phú lên trán Hằng Như. Hành động của Phú khơi dậy trong lòng Hoàng Nhi hình ảnh Mẹ ôm chặt bé Hoàng Nhi vào buổi sáng mùa Hạ năm xưa, tại Dalat. Mấy tiếng "cái mặt nó dễ ghét quá" Phú dành cho đứa con đầu lòng làm cho Hoàng Nhi cảm nhận được tình thương bao la nàng dành cho Hằng Như đang dâng lên ngập lòng. Và, chính lúc đó, Hoàng Nhi mới hiểu được tại sao ngày xưa Mẹ đã vô cùng hoảng hốt khi bé

Nhi nói "Con hỏng sống tới 30 tuổi"!

Khi nào nhớ lại thái độ hoảng hốt của Mẹ, bà Nhi cũng tưởng như nghe được hai tiếng "con ơi!" rất thiết tha của Mẹ. Bà Nhi tự trách: "Ngày xưa Mẹ thương con đến như thế mà khi bảo lãnh Ba Mẹ sang đây, con chỉ biết lo kiếm tiền để trả tiền học cho con của con, trả nợ nhà, nợ xe, nợ cơm áo, v.v… quên đi Cha Mẹ già đang vò võ trong căn chung cư rẻ tiền!"

Mủi lòng quá, bà Nhi nhìn ra khung trời nhiều mây. Qua màn lệ mờ, bà Nhi tưởng như thấy được hai thân người gầy guộc và hai mái tóc trắng phau của Ba Mẹ đang chờn vờn trong những áng mây nơi cuối trời! Bất ngờ tiếng Acoustic Guitar trong điệu Lento Expresito từ đâu vọng về. Chỉ một thoáng thôi, tiếng hát xưa văng vẳng rồi trở nên rõ dần, rõ dần:

… Hò ơi! Làn mây ơi!
Nhẹ nhàng lướt cỏ nắng,
Nhạc lòng đưa hiu hắt,
Và buồn xa buồn vắng.
Mênh mông là buồn!… (1)

Bà Nhi thở dài, cố điều tiết mắt thật kỹ để tìm lại hình ảnh hai mái tóc trắng phau của Ba Mẹ trong những áng mây xa xa; nhưng bà Nhi chỉ thấy bóng hoàng hôn lũ lượt kéo về!

1.- *Tiếng Sáo Thiên Thai, thơ Văn Cao; nhạc Phạm Duy.*

Tình Già

Từ cửa sổ trên lầu, nhìn chuyến xe lửa chạy chầm chậm trong màn mưa xám đục, không thể nào bà Loan không nhớ lại hình ảnh của Khiết – người yêu đầu đời của bà khi bà còn là một nữ sinh trung học – đang chồm người, một tay vịn vào thành cửa sổ của toa xe, một tay vẫy vẫy về phía Loan trong khi con tàu đang từ từ lăn bánh, rời ga xe lửa Dalat. Vừa nhìn theo Khiết, Loan vừa đưa ngón tay quệt nước mắt, cố nén vào lòng nhiều nỗi nhớ thương!

Một mình trở lại con đường vắng, Loan cảm nhận được nỗi buồn và sự lạc lõng của nàng trong thành phố đầy vết chân kỷ niệm của "hai đứa". Loan nhớ, những chiều cuối tuần nàng thường lén Bố Mẹ, hẹn hò với Khiết. Những lúc đi chầm chậm bên nhau dưới hàng thông rợp bóng, Khiết – trong quân phục sinh viên sĩ quan trường Võ Bị Quốc Gia Dalat – thường nói về niềm say mê tha thiết của chàng đối với những cánh dù lộng gió trong không gian tràn ngập lửa đạn.

Qua bao nhiêu thăng trầm của cuộc sống, tình cảm của Loan dành cho Khiết khi vui, khi buồn; nhưng hình ảnh của Khiết – khi chàng bất ngờ trở lại Dalat thăm nàng sau cuộc hành quân đầu đời tại biên giới Lào Việt –

trên thềm nhà của Bố Mẹ vào buổi chiều mưa thì không bao giờ nhạt phai.

Chiều mưa năm đó, sau khi đi học về, nhìn từng giọt mưa đầu mùa rơi nhè nhẹ bên mái hiên, Loan cảm thấy ray rức buồn và bâng khuâng nghĩ đến Khiết! Để xoa dịu niềm nhớ, Loan đàn những tình khúc chợt đến trong hồn chứ không nhìn bản nhạc. Khi đàn đến phân đoạn thứ hai của tình khúc Thương Nhau Ngày Mưa của Nguyễn Trung Cang thì hình ảnh buổi chiều tiễn Khiết tại ga xe lửa Dalat lại hiện về. Loan buồn buồn "ngân nga" nho nhỏ:

"... Như mưa ngày nào thấm ướt vai anh,
Như mưa ngày nào khuất lấp sao đêm.
Thương em ngày nào khóc ướt môi mềm..."

Loan vừa "ngân nga" đến đây, cậu em đến cạnh, nói nhỏ:

- Chị Hai! Có "ông Nhảy Dù" nào đứng nơi hiên nhà kìa!

Nhìn ra cửa trước, Loan ngạc nhiên thấy một "ông Nhảy Dù" trong quân phục hoa rừng, "bê-rê" đỏ, đội hơi nghiêng, giày trận, đang khoanh tay, đứng dưới mưa, mỉm cười, nhìn nàng không rời. Khi nhận ra Loan đã thấy chàng, Khiết cười thật tươi, lấy "bê-rê" xuống, rủ nước mưa rồi bước vào phòng khách. Loan ngưng đàn. Sau vài câu thăm hỏi, Khiết bảo:

- Để anh vào trong chào hai Bác. Anh trở ra ngay.

Khi Khiết trở lên phòng khách, thấy tóc và quân phục của Khiết còn điểm nhiều vết nước mưa, Loan đưa tay có ý gạc những hạc mưa còn vương trên tóc chàng – như dạo nào nàng đã gạc những hạc mưa long lanh trên mái tóc chàng khi tiễn chàng đi Saigon trình diện Sư Đoàn Nhảy Dù – nhưng vội ngưng; vì ngại Bố Mẹ thấy được. Như nhận hiểu hành động của Loan, Khiết nhìn Loan, cười thật tươi.

Trong đời, Loan quên rất nhiều điều; nhưng chưa bao giờ Loan có thể quên được hình ảnh hiên ngang và nụ cười rạng rỡ của Khiết vào buổi chiều mưa năm xưa, khi chàng đứng trên thềm nhà nhìn nàng đàn.

Đang xót xa, nuối tiếc một đời trai ngang dọc của Khiết và đời sống nhàn nhã của một thiếu nữ được Bố Mẹ cưng chiều, bà Loan thấy chiếc SUV quen thuộc dừng trước nhà. Lòng rộn ràng vui, bà Loan bước đến cầu thang. Chợt nhớ quên đeo "mask", bà Loan vội quay lại phòng "computer", lấy "mask" đeo vào, đi xuống lầu.

Thấy Dũng và Diễm – con trai và con gái của Bà và ông Khiết – cùng hai đứa cháu nội đều đeo masks, bà Loan đùa bằng tiếng Việt:

- Đâu, hai "cục vàng" của bà Nội đâu?

Thật bất ngờ, Mylene – cháu nội đầu tiên của bà Loan và ông Khiết – vừa choàng tay qua vai cô em gái vừa đáp:

- Right here, "ba Noi"!

Bà Loan ngạc nhiên nhìn Mylene, hỏi bằng tiếng Anh:

- Làm thế nào cháu hiểu được bà Nội nói gì mà cháu trả lời?

Mylene phải đáp bằng tiếng Anh:

- Trước khi dịch Covid-19 xảy ra, Ba Má cháu cho

chị em cháu đi học tiếng Việt mỗi sáng chủ nhật. "Ba Nội" quên rồi sao?

- Sorry, bà Nội không nhớ được! Nhưng làm thế nào cháu hiểu được "hai cục vàng" của bà Nội là chị em của cháu?

- Cháu biết mà. Đối với người Việt, cái gì mình thích, mình thương, mình quý cũng được ví như vàng như ngọc. Và cháu hiểu rằng "ba Nội" thương tụi cháu nhiều lắm!

Mọi người cười rộ lên.

Đang cười, bất ngờ thấy ông Khiết – với thân người thẳng băng như người máy –mở cửa phòng ngủ, lừng lững bước ra, nụ cười tắt vội trên môi mọi người. Dù biết ông Khiết sẽ không hiểu được lời chào hỏi, các con, cháu vẫn thưa:

- Dạ, chào Ba.

- Dạ, thưa Ba.

- Hi, "on Noi"!

- Hello, "on Noi"!

Ông Khiết vẫn lầm lỳ bước đến xa-lông, không nói một lời và trên khuôn mặt nhăn nheo của ông cũng không gợn tý cảm xúc nào cả! Ông ngồi vào xa-lông, nhìn mọi người với ánh mắt vô hồn. Dũng hỏi bà Loan:

- Măng! Ba Măng có gì lạ không?

- Thôi, con! Tuổi này rồi, chỉ xin "một ngày như mọi ngày" thôi!

Dũng đến ngồi cạnh ông Khiết:

- Ba khỏe không? Con đem hai đứa nhỏ về thăm Ba đó.

Ông Khiết gật đầu, tỏ dấu nhận hiểu. Thấy hai đứa cháu nội kín đáo nhăn mũi vì mùi hôi nồng nặc từ phòng ngủ xông ra, bà Loan nói nhỏ với Diễm:

- Cảm ơn các con đã đem hai cháu về thăm và đi chợ mua thức ăn cho Ba Măng. Con đem giùm mọi thứ xuống bếp cho Măng rồi các con về nghỉ. Tuần sau con đi chợ cho Măng, đừng mua xà-lách-xon nữa. Măng không thể đứng lâu để lặt từng cọng như hồi trước.

- Con nói Măng hoài mà Măng không chịu nghe. "Watercress" Măng không cần lặt từng cọng; Măng chỉ cần cắt ngang phía dưới gốc rồi rửa sạch là được.

- Nếu làm theo cách của con, nhỡ con sâu hay con giun nằm trong lòng cọng rau làm sao Măng có thể thấy được?

- Măng ở sạch quá mà Măng cứ muốn con cháu học về y khoa. Hồi trước tụi con học đại học thì bệnh HIV – human immunodeficiency virus – hoành hành; bây giờ hai đứa nhỏ học đại học thì Covid-19 giết cả trên trăm ngàn người tại Mỹ. Nếu tụi con và hai cháu là MD thì Măng có yên lòng hay không?

- Thôi, con! Ngày đó còn ước mơ; bây giờ, nếu có ước mơ thì Măng chỉ cầu xin ơn Trên phù hộ cho các con/các cháu được bình an thôi; còn "ông Già" – danh từ thân thương gia đình thường dành cho ông Khiết – và Măng chỉ biết trực diện và chống chọi với tuổi già chứ còn gì nữa mà ước mơ!

Ngưng một chốc, bà Loan tiếp:

- A, tuần tới con nhớ mua cho Măng xà phòng rửa chén, chai nhỏ thôi; chai lớn, tay Măng yếu, cầm không nổi, rớt, đổ "tùm lum" Măng dọn không nổi!

- Măng vẫn rửa chén bằng tay à? Cứ như vậy rồi than đau tay, đau lưng.

- Bác sĩ Gronados bảo Măng "keep moving" mà! Thêm nữa, rửa chén bằng máy thì Măng cũng phải tráng qua cho thức ăn trôi đi rồi mới cho vào máy. Máy chạy thì tốn nhiều điện, nhiều nước!

- Người ta mong có phương tiện để xử dụng; còn Măng thì cứ tiện tặn từng xu, để làm gì?

- Để khỏi phiền các con. Các con lo cho "ông Già" và Măng nhiều rồi, Măng không muốn làm phiền các con thêm.

Im lặng. Diễm chuyển đề tài:

- Người lau dọn nhà tháng này đến chưa mà nhà hôi quá vậy, Măng?

- Măng nhận thấy, trước khi họ đến Măng cũng phải dọn dẹp sơ sơ; vì "ông Già" cứ vung vãi, vất mọi thứ ra đó. Mỗi lần dọn dẹp, lưng và hai đầu gối của Măng đau lắm, Măng chịu không được! Măng nói họ khi nào Măng cần thì Măng gọi chứ đừng đến mỗi tháng.

- Thì Măng đừng dọn dẹp gì cả; cứ để họ làm.

- Họ chỉ lau chùi thôi; còn "ông Già" ăn/uống cái gì mà Măng không để ý thì ổng đem giấu trong tủ quần áo; có khi ổng "bỏ đại" vô nhà cầu, hoặc trây quẹt đầy thảm, Măng dọn không nổi!

- Con nghĩ đã tới lúc chị em con góp tiền, thuê người

đến giúp Măng. Măng nghĩ sao?

- Măng rất lo sợ, ngại họ biết trong nhà chỉ có một ông già "không biết gì hết" và một bà già "trói gà không chặt" thì họ sẽ cho người khác biết rồi người đó đến đây cướp!

- Tụi con đã nghĩ đến điều đó và đã đề nghị Ba Măng nên vào Senior Living…

Diễm chưa dứt câu, bà Loan vội lắc đầu:

- Các con đã đưa Măng đi xem mấy chỗ rồi; chỗ nào cũng đẹp, đầy đủ tiện nghi, nhưng… kinh khủng quá!

- Cái gì kinh khủng?

- Sự vắng lặng! Vắng lặng đến… rợn người!

- Biết bao nhiêu người sống và chấp nhận sự vắng lặng đó chứ đâu phải một mình Măng.

- "Ông Già" và Măng ở đây, trên đường đi làm về, các con và các em thuận đường, đôi khi ghé thăm. Nếu Ba Măng dời đến mấy chỗ Senior Living thì trái đường, biết mỗi năm Ba Măng có thể gặp các con được một lần hay không! Thêm nữa, chỉ có Măng mới có thể vào Senior Living; còn "ông Già" thì phải vào Assisted Living; mà Măng thì không bao giờ có thể để "ông Già" vô viện dưỡng lão – nhất là trong thời gian Tàu dịch này!

Diễm gắt:

- Măng không thể khẳng định như vậy được! Đến một lúc nào đó, vì sự sống còn, mình buộc phải hy sinh nhiều thứ lắm. Măng biết không?

Bà Loan thầm "phục" những người "thông minh!", làm nghề tự do/khai gian thuế lợi tức/giấu tiền mặt. Khi về già những người này – không những được hưởng đầy đủ phúc lộc của chính phủ như housing/food stamps/ Medicaid – còn được chính phủ cho người đến nhà mỗi tuần bao nhiêu giờ để giúp việc nhà, đưa đi bác sĩ, đi chợ, tắm cho người nào không thể tự tắm được, v.v… Trong khi đó, những người khai đúng thuế lợi tức, như ông Khiết và Bà, thì không được tý ân sũng nào của chính phủ mà còn phải mua bảo hiểm sức khỏe riêng; vì có nhiều khoảng chi phí y tế Medicare không chịu trả!

Thấy Mẹ có vẻ tư lự, Dũng đến bên, khuyên:

- Măng đừng quá lo lắng, okay! Nhà Măng đã có hệ thống báo động – được nối kết trực tiếp với phòng kiểm soát an ninh của khu vực này – tuần tới con sẽ kêu người gắn video camera nữa thì không tên nào dại vô nhà Măng ăn cướp đâu.

- Cảm ơn con.

- Măng nhớ cẩn thận, vịn vào thành cầu thang mỗi khi Măng đi lên hoặc đi xuống lầu, nha!

- Ờ, cảm ơn con. Đi xuống thì không sao; nhưng đi lên là cả một vấn đề!

- Hôm nào tụi con sẽ dời phòng "computer" xuống tầng dưới cho Măng.

Diễm hỏi:

- Từ ngày Gym đóng cửa vì Covid-19, Măng còn đi bộ quanh khu vực này không?

- Khi "ông Già" ngủ Măng mới dám đi; vì Măng không thể để "ông Già" ở nhà một mình.

- Ủa, vậy thì làm thế nào trước khi Covid-19 xuất

hiện, Măng đi Gym mỗi ngày một tiếng đồng hồ?

- Lúc đó "ông Già" không tệ như bây giờ.

Dũng hỏi:

- Tình trạng của "ông Già" xuống nhanh đến vậy à?

Im lặng. Bà Loan rơm rớm nước mắt, một chốc sau mới đáp:

- Xương sống và não bộ của "ông Già" bị tổn thương rất nặng. Các Chú/Bác ở tù cùng trại cải tạo với "ông Già" cho Măng biết là "ông Già" bị cộng sản Việt Nam (csVN) đánh kinh khủng lắm; vì ổng là sĩ quan Nhảy Dù mà ổng lại khai thật tất cả những lần đơn vị do ổng chỉ huy giải tỏa căn cứ này/tái chiếm chiến địa kia/ tiếp cứu tiền đồn nọ, v.v... cho nên csVN trả thù! Bác sĩ Gronados khuyên, thương tích thời chiến tranh cộng với tuổi tác của "ông Già" thì – ngoại trừ trường hợp khẩn cấp – bệnh gì "ông Già" có thể "live with it" thì nên "live with it"; đừng giải phẫu.

Diễm an ủi:

- Thôi, ít ra "ông Già" cũng còn đi được; không nằm một chỗ!

Dũng thở dài:

- Chuyện của "ông Già", mình không làm gì được nữa rồi! Còn Măng, khoang đi Gym nhưng cố gắng đi bộ, nha!

- Không đi Gym mà nếu không đi bộ nữa thì cơ thể của Măng như không còn sức sống. Lưng cứ muốn "cụp" xuống!

Diễm bảo:

- Măng còn đi được là may lắm rồi! Biết bao nhiêu người cỡ tuổi Măng hoặc trẻ hơn mà phải chống gậy để đi kìa!

Bà Loan cúi mặt, nước mắt chảy ngược vào tim! Nếu sống mà cứ buộc phải thấy/ phải so sánh với những điều tiêu cực thì cuộc sống này còn có ý nghĩa gì nữa hay không?

Trước khi cáo từ ông Khiết và bà Loan, Dũng và Diễm hâm nóng hai tô mì rồi mời ông bà xuống bếp, ngồi vào bàn. Sau khi để hai ly nước lọc lên bàn, cạnh gói xôi đậu xanh và quà ăn vặt, Dũng, Diễm và hai cháu từ giã ông Khiết và bà Loan.

Vì ông Khiết không thể nhớ hoặc nhận biết lúc nào nên nhai/lúc nào nên nuốt/lúc nào nên ngưng, bà Loan phải lấy kéo cắt mì sợi và hoành thánh thành từng phần nhỏ để ông Khiết không bị nghẹn. Ông Khiết chỉ gói xôi đậu xanh trong bao ny- lông nhỏ, tỏ ý muốn ăn. Bà Loan đẩy bao ny-lông nhỏ về phía chồng. Ông Khiết lấy gói xôi, vất bao ny-lông trên sàng gạch hoa rồi mở gói xôi, dùng tay bốc/ăn. Bà Loan vội lấy gói xôi từ tay ông Khiết, đem đến bên bếp, lấy dao và nĩa xắn gói xôi ra từng phần nhỏ rồi đưa lại cho ông Khiết, kèm theo cái nĩa. Ông Khiết vất cái nĩa xuống sàng nhà!

Đang ăn, bà Loan nhận ra mùi nồng nồng của nước tiểu. Nhìn sang ghế của ông Khiết, bà Loan ngán ngẩm, buông đũa. Thì ra từ nãy giờ ham vui vì con cháu về thăm, bà Loan quên theo dõi đồng hồ để đưa ông Khiết vào nhà tắm đi tiểu! Bà Loan giận, xẳng giọng:

- Đi vô thay đồ!

Ông Khiết ngơ ngác nhìn quanh, không biết "đi vô"

là đi vô đâu! Bà Loan im lặng, đứng lên, nắm tay ông Khiết, dẫn vô phòng ngủ trong khi ông Khiết vừa đi vừa quay lui nhìn gói xôi.

Lấy tấm ny-lông phủ lên tấm khăn trải giường, xong, bà Loan kéo tay ông Khiết đến, "ấn" nhẹ thân người của ông lên tấm ny-lông. Lúc này bà Loan mới nhớ là bà đã quên lấy tả cho ông. Bà Loan xoay sang, mở ngăn tủ, lấy tấm tả rồi xoay lại bên giường. Vừa thấy tấm tả, ông Khiết có vẻ hoảng hốt, khoát tay:

- Không! Đừng! Đừng! "Hỏng" chịu đâu!

Đây không phải là lần đầu tiên ông Khiết phản đối khi phải mang tả. Nhưng đây là lần đầu tiên bà Loan nghe chồng nói một câu thể hiện được tất cả nỗi sợ hãi của ông. Bà Loan vào nhà tắm, lấy chiếc khăn nhỏ, thấm nước lạnh, trở ra giường. Không hiểu tại sao thấy chiếc khăn ướt, ông Khiết lại yên lặng, không chống cự nữa. Nhờ ông Khiết không chống cự, bà Loan nhẹ nhàng đè ngửa ông ra, cởi chiếc quần khai nồng vất về hướng nhà tắm rồi lấy chiếc khăn ướt lau phần hạ bộ cho ông. Trong khi bà Loan cảm thấy lưng và tay chân của bà như muốn rả ra từng mảnh thì gương mặt của ông Khiết trông rất dễ chịu. Ông Khiết nhìn bà Loan với ánh mắt biết ơn khi bà Loan lấy phấn bột – loại dùng cho trẻ con – rảy vào phần hạ bộ của ông. Nhưng khi bà Loan vói tay lấy tấm tả thì ông Khiết lại vùng vằng:

- Đừng! Đừng mà! "Hỏng" chịu đâu!

Bà Loan biết, trời nóng như thế này mà "đóng" tấm tả dày cộm vào bộ phận "nhạy cảm" nhất của con người thì làm sao chịu cho nổi; đó là chưa kể, nhỡ ông Khiết đi tiêu, đi tiểu trong tả mà bà Loan không biết để thay thì…

bà Loan rùng mình, không dám nghĩ tiếp! Dù hiểu cho sự khó khăn, tội nghiệp của chồng, bà Loan cũng phải dùng toàn sức lực của Bà để mang cho được tấm tả vào cho ông Khiết. Có lẽ chẳng còn sức để chống chọi với bà Loan nữa, ông Khiết nằm im, lầm bầm "Đừng mà! Đừng mà"! Bà Loan biết thế nào ông Khiết cũng – như mọi lần – tìm mọi cách cởi tấm tả, vất đâu đó; bà sẽ phải lần theo mùi hôi của tấm tả mà tìm cho ra, đem bỏ rác!

Vì muộn phiền, bà Loan bị bệnh mất ngủ; mỗi đêm phải uống thuốc ngủ. Nếu bà Loan dùng đúng liều lượng, ngủ được ngon giất thì sáng hôm sau bà phải tắm cho ông Khiết, thay và giặt toàn bộ khăn trải giường và mở tất cả cửa sổ để mùi hôi thối thoát ra ngoài; vì suốt đêm không ai thay tả hoặc đưa ông Khiết vào nhà cầu! Nhưng nếu uống thuốc ngủ ít hơn liều lượng thì bà Loan cứ nằm trăn trở suốt đêm bên cạnh một người bà từng yêu thương – người hùng của Hà – nhưng nay đã trở thành "gánh nặng" mà Bà không nỡ lìa xa! Khi nào tâm hồn "lạc" về dĩ vãng, bà Loan cũng tiếc thương, khóc thầm, cầu nguyện rồi quay sang, vòng tay qua vùng ngực thoi thóp của người chồng đang miên mang trong giấc cô miên vì đòn thù của csVN – quân cướp nước mà lại núp dưới chiêu bài "giải phóng"!

Sự tủi thân vừa lắng dịu, bà Loan thở dài, đỡ ông Khiết dậy:

- Đi ra ăn cho hết gói xôi.

Ông Khiết im lặng vịn tay bà Loan, ngồi dậy, đi theo vợ. Đến bàn ăn nơi bếp, sau khi để ông Khiết ngồi vào chiếc ghế sạch, bà Loan xoay sang phòng giặt đồ, với dụng ý lấy khăn lau nước tiểu mà lúc nãy ông Khiết đã thải ra. Vừa xoay người, chân của bà Loan vướng vào bao ny-lông – mà lúc nãy ông Khiết vô tình vất trên sàn nhà – bà Loan trượt chân, té, đầu va vào nền gạch hoa…

* * *

Thiếu phụ da đen đẩy chiếc xe lăn – ông Khiết ngồi bên trong – theo gia đình, qua khỏi cửa chính phòng khánh tiết của Sugar Land Assisted Living rồi dừng lại. Bà Loan nhanh tay mở ví, lấy mấy tờ một đồng, nhét vội vào tay người đẩy xe lăn, nói nhỏ:

- Làm ơn chăm sóc giùm chồng tôi. Tôi sẽ vào đây mỗi ngày phụ với cô.

Người đẩy xe lăn lắc đầu, trả lại tiền:

- Tôi sẽ chăm sóc ông Nguyễn. Bà đừng lo. Nhưng ở đây cấm nhân viên nhận bất cứ món quà nào; nếu nhận quà, nhân viên đó sẽ bị đuổi việc.

Bà Loan thở dài, bước theo gia đình. Ông Khiết nhìn bà Loan và con cháu bước lên hai chiếc SUV với nét mặt rất điềm nhiên! Nhưng, khi hai chiếc SUV nổ máy, từ từ rời bãi đậu xe, bà Loan nhìn vào kính chiếu hậu bên phải, thấy ông Khiết gục xuống, hai tay ôm mặt! Bà Loan vội nói với Dũng:

- Dũng! Con chờ Măng chút!

Mọi người trên xe không hiểu chuyện gì xảy ra. Bà Loan vội mở cửa xe, bước xuống, đi nhanh đến bên ông Khiết. Ông Khiết đưa bàn tay run rẩy ra phía trước như muốn tìm kiếm vật thể thân thương nào đó. Bà Loan nắm tay chồng, nghiêng một bên má lên mái tóc thưa và trắng ngần của chồng rồi khóc! Diễm đến cạnh:

- Măng! Be strong! Măng nên nghĩ đến cuộc đời của Măng nữa chứ! Hôm Măng bị té, vào ER – Emergency

Room – chính Măng đã nghe bác sĩ khuyên rằng Măng không nên chăm sóc cho ai khác; ngoài việc chăm sóc cho chính Măng. Măng nhớ không?

- Biết rồi! Nhưng tội "ông Già" quá, con ơi!

- Ai cũng biết là tội "ông Già"! Nhưng cái "tội" này là hậu quả của những cuộc tra tấn dã man do csVN hành xử tàn độc đối với tù nhân trong các trại cải tạo chứ không phải do ai khác tạo nên. Người nào muốn "hòa hợp hòa giải", không nghĩ đến chính trị, quên đi quá khứ và tội ác của csVN thì đó là quyền của người đó; đừng kêu gọi hoặc cổ xúy người khác! Chỉ khi nào trong gia đình người đó có người từng là nạn nhân trực tiếp của csVN thì người đó mới biết thế nào là uất hận!

Biết Diễm cũng đang bị xúc động mạnh trong tình cảnh này, bà Loan năn nỉ:

- Thôi, con! Ai nói gì/làm gì, kệ người ta…

Bà Loan chưa dứt câu, tiếng người đẩy xe lăn vang lên:

- Rất tiếc, đến giờ cơm chiều, tôi phải đưa ông Nguyễn vào phòng ăn. Bye!

Bà Loan, các con cùng dâu và rể đứng lặng, nhìn theo chiếc xe lăn trong khi ông Khiết cố quay lui, nhìn hình dáng những người thân yêu đang xa dần, xa dần…

Trở lại chiếc SUV, vừa mở cửa, bà Loan nghe dòng nhạc êm ái, thiết tha từ iPhone của Mylene. Xe rời chỗ đậu được một đoạn ngắn, bà Loan mới nhận ra đây là tình khúc mà – buổi chiều trước ngày đi trình diện "bên thắng cuộc" – ông Khiết đã ôm Guitar, vừa "từng tưng" vừa hát nho nhỏ khi "hai đứa" ngồi bên nhau nơi sân sau:

"Memories light the corners of my mind
Misty water-colored memories of the way we were
Scattered pictures of the smiles we left behind
Smiles we gave to one another for the way we were…"

Chiều nay, theo giọng Soprano mượt mà của Barbra Streisand và lời ca ướt lệ trong tình khúc The Way We Were của Barbra Streisand, bà Loan bùi ngùi tưởng như thấy lại được hình dáng đáng yêu của ông Khiết vào buổi chiều xưa – khi "ông Nhảy Dù" đứng dưới mưa, khoanh tay, mỉm cười, nhìn Loan đàn – đang chờn vờn trong bóng hoàng hôn chập chùng!…

Mục lục

Liên lạc Tác giả
Điệp Mỹ Linh
diepmylinh@rocketmail.com
P.O. Box 401
ALIEF, TX. 77411

Liên lạc Nhà xuất bản
Nhân Ảnh
han.le3359@gmail.com

(408) 722-5626

www.ingramcontent.com/pod-product-compliance
Lightning Source LLC
Chambersburg PA
CBHW060602190726

48283CB00003B/1120